चिरंजीव
सौभाग्यकांक्षिणी

विजय तेंडुलकर यांची नाटके

नाटक

अशी पाखरे येती
एक हट्टी मुलगी
कमला
कन्यादान
कावळ्यांची शाळा*
कुत्रे
गिधाडे
गृहस्थ*
घरटे अमुचे छान
घाशीराम कोतवाल
चिमणीचं घर होतं मेणाचं
चिरंजीव सौभाग्यकांक्षिणी
झाला अनंत हनुमंत
त्याची पाचवी***
दंबद्वीपचा मुकाबला
नियतीच्या बैलाला**
पाहिजे जातीचे
फूटपायरीचा सम्राट
बेबी
भल्याकाका
भाऊ मुरारराव
मधल्या भिंती
माणूस नावाचे बेट
मित्राची गोष्ट
मी जिंकलो! मी हरलो!
विठ्ठला
शांतता! कोर्ट चालू आहे
श्रीमंत
सखाराम बाइंडर

सफर**
सरी ग सरी

एकांकिका

समग्र एकांकिका : भाग १
समग्र एकांकिका : भाग २
समग्र एकांकिका : भाग ३

बालवाङ्मय

इथे बाळं मिळतात
चांभारचौकशीचे नाटक
चिमणा बांधतो बंगला
पाटलाच्या पोरीचं लगीन
बाबा हरवले आहेत
बॉबीची गोष्ट
राजाराणीला घाम हवा

अनुवादित

आधे अधुरे
        (मूळ लेखक : मोहन राकेश)
तुघलक
        (मूळ लेखक : गिरीश कार्नाड)
मी कुमार
        (मूळ लेखक : मधु राय)
लिंकन यांचे अखेरचे दिवस
        (मूळ लेखक : मार्क फॉन डॉरन)
लोभ नसावा ही विनंती
        (मूळ लेखक : जॉन पॅट्रिक)
वासनाचक्र
        (मूळ लेखक : टेनेसी विल्यम्स)

---

* 'गृहस्थ'चे पुनर्लेखन : 'कावळ्यांची शाळा'
** ध्वनिफितीच्या रूपानेही प्रकाशित
*** मूळ इंग्रजी : His Fifth Woman (अनु. चंद्रशेखर फणसळकर)

चिरंजीव सौभाग्यकांक्षिणी

विजय तेंडुलकर

पॉप्युलर प्रकाशन, मुंबई

चिरंजीव सौभाग्यकांक्षिणी
(म - ७६९)
पॉप्युलर प्रकाशन
ISBN 978-81-7185-602-2

CHIRANJEEV SAUBHAGYA-
KANKSHINI
(Marathi : Play)
Vijay Tendulkar

© २०१८, तनुजा मोहिते

पहिली आवृत्ती : १९९२ / १९१४
दुसरे पुनर्मुद्रण : २०१८ / १९४०

प्रकाशक
हर्ष भटकळ
पॉप्युलर प्रकाशन प्रा. लि.
३०१, महालक्ष्मी चेंबर्स
२२, भुलाभाई देसाई रोड
मुंबई ४०० ०२६

अक्षरजुळणी
ट्युलीप्स
२, पारस अपार्टमेंट्स
प्रार्थना समाज रोड,
विलेपार्ले (पूर्व), मुंबई ४०० ०५७

मुद्रक
रेप्रो नॉलेजकास्ट लि.
बिल्डिंग नं. ए १
जीइबीआय इंड. पार्क
सोनाळे, ठाणे ४२१३०२

या नाटकाचे प्रयोग, भाषांतर, चित्रपट
दूरदर्शन रूपांतर, व्हीसीडी, डीव्हीडी
ई-बुक्स रूपांतर इत्यादी संदर्भातील
सर्व हक्क श्रीमती तनुजा मोहिते यांचे
स्वाधीन आहेत. परवानगी व
परवानगीमूल्य या संदर्भात तनुजा मोहिते
जेड गार्डन, आय विंग, १ २०४
एमआयजी क्लबमागे
गांधीनगर, बीकेसी, वांद्रे (पूर्व)
मुंबई ४०००५१
या पत्त्यावर पत्रव्यवहार करावा

सुषमा
आणि
प्रिया
या माझ्या घरातल्या
गुणी अभिनेत्रींना

— बाबा

या नाटकाचा पहिला प्रयोग 'अभिषेक' या नाट्यसंस्थेने शिवाजी मंदिर, मुंबई येथे दि. १४ डिसेंबर १९९१ या दिवशी दुपारी ४ वाजता केला.

निर्माता–दिग्दर्शक : कमलाकर सारंग
संगीत : यशवंत देव
नेपथ्य : बाबा पार्सेकर
प्रकाश योजना : राकेश सारंग
ध्वनी-संकेत : प्रकाश सावंत

: भूमिका :

सूत्रधार : संजय मोने
नायिका : प्रिया तेंडुलकर
तरुण : राजन भिसे
प्रभुणे : शाम पोंक्षे
अप्पा : माधव आचवल
आई : ज्योत्स्ना कार्येकर
पेटीवाला : अशोक कीर्तने

प्रास्ताविक

अंजी या नावाने हे नाटक अमराठी रंगभूमीवर आधी येऊन गेले आहे. मराठीत उशिरा येत आहे.
'अंजी'चे हे अधिक साकारलेले रूप म्हणता येईल.

दि. १८ डिसेंबर १९९१   - विजय तेंडुलकर

अंक पहिला

(रंगमंचावर प्रकाश येतो. तिथे पडदा.

प्रथम पडदा वर जात नाही.

नंतर सूत्रधार आणि पेटीवाला प्रेक्षागृहामधून –– पण प्रेक्षकांतूनच असे नव्हे –– येऊन रंगमंचाच्या चौकटीच्या उजवीकडल्या बाजूच्या एका छोट्या म्हणजे दोन माणसांपुरत्या, रंगमंचाइतक्याच उंचीच्या प्रकाशित बैठकीवर पोचतात.

तिथे एक देखणी हार्मोनियम आधीच ठेवलेली आहे.

सूत्रधाराचा पोशाख : झब्बा, धोतर किंवा लेंगा. वाटल्यास झब्ब्यावर जाकीट. गळ्याला सैलसर मफलर. मनगटात मोगऱ्याचा गजरा. हार्मोनियमवर पगडी.

सूत्रधार पगडी डोक्यावर धारण करतो.

सूत्रधार प्रेक्षकांना अभिवादन करून त्याच्यासाठी असलेल्या बैठकीवर बसतो.

पेटीवाल्याने डोक्यावर फरकॅप घातलेली.

त्याच्या रूपाने एक प्रसन्न वातावरण नाट्यगृहात येऊन प्रविष्ट झाले आहे.

पेटीवाला पेटीवर सुरावटीच्या आकर्षक लडी जलदपणे काढू लागतो, प्रेक्षागृहात फेकू लागतो.

मग सूत्रधाराने इशारा करताच त्या एका पद्धतीने आवरत्या घेत थांबतो.)

सूत्रधार : (प्रेक्षकांना)

मी ––आपल्या परिचयाचाच ––जुना ––परंपरेतला सूत्रधार.

(पेटीवाला पेटीवर नांदीचे तोंड वाजवतो.)

आज या नव्या परिवेशात आपल्या भेटीला आलो आहे. ही ती जुनी खूण... (पगडीकडे बोट) यासाठीच की माझी जुनी ओळख आपल्याला पटावी. (आतल्या दिशेने) अग ––अग ऐकलंस का? प्रिये ––हा सहनशील आणखीन रसिक प्रेक्षकगण इथं तिकिटं काढून केव्हांचा तिष्ठत बसला आहे–– नाटक नाही का सुरू करायचं? (किंचित् थांबून प्रेक्षकांना) ''आले आले ––अहो आले म्हटलं ना ––इतकी कसली ती मेली घाई लागून राह्यलीय ––'' असं म्हणत पूर्वी कधी तरी लचकत मुरडत रंगमंचावर प्रवेश करणारी आमची नटी आज येणार नाही. (सुस्कारा.) केवळ सूत्रधार नटीच्या

प्रवेशासाठी साठ सत्तर रुपये नाइटची वेगळी नटी आणण्याला आमचा व्यवहारी निर्माता आजच्या दिवसांत तयार नाही. तो म्हणतो, भागवून घ्या. म्हणून नटीऐवजी ही पेटी, आणि हे पेटीवाले. पेटीवाले, करा, मायबापांना नमस्कार करा.

(पेटीवाला नमस्कार करतो.)

वाकून करा, मायबाप आहेत, कधी कधी नाक घासायची पाळी आणतात.

(प्रेक्षकांना)

तर 'सूत्रधार – पेटी' चा हा प्रयोग. पेटीबाई, करायचा का नाटकाला आरंभ?'

(पेटीवाला स्वर दाबतो.)

पेटी म्हणते, 'तुमच्या आधी मी येऊन हजर आहे.' आहे बुवा. आमच्या आधी हजर आहे. प्रेक्षक तर सज्जच आहेत, नाटक झेलायला.

(प्रेक्षकांना)

झेला, पण उचलू नका बरं का? म्हणजे काय आहे की, नेहमीचा सूत्रधार गेल्या प्रयोगाच्या वेळी गेला काम सोडून. काहीतरी बिनसलं खरं. मी नवा. तालमीसुद्धा मिळालेल्या नाहीत. मग पाठांतराचं नाव कशाला? तसा साधारण प्लॉट आहे माहीत; पण तेवढाच. (आतल्या दिशेने पाहात आवंढा गिळून) वा! नटमंडळीसुद्धा सगळी तयार दिसतात! उत्सुक मुद्रांनी सगळे इकडेच बघताहेत.

(नटमंडळी रंगमंचावर येतात.)

आलात? प्रथम नमस्कार करा—

(नटमंडळी त्यालाच नमस्कार करतात.)

अहो मला नव्हे, त्यांना — तुमच्या अन्नदात्यांना. ते आहेत म्हणून आपण आहोत. ते नसले की फक्त 'हे' असतात...

(अत्यंत रूक्ष चेहरा करतो.) समीक्षक.

(नटमंडळी प्रेक्षकांना वाकून नमस्कार करतात. आत जातात. पेटीवाला एक सुरावट वाजवून घेतो.)

सूत्रधार : तर, आता जेहत्ते कालाचे ठायी, मंडळी, आजच्या नाटकाला आरंभ म्हणतात तो होत आहे. तत्पूर्वी रीतीनुसार, नाटकाबद्दल प्रास्ताविक-वजा चार शब्द : नाटक – सुरू – होत – आहे.

(पेटीवाला जोरजोराने पेटी वाजवतो.)

सूत्रधार : (पेटीवाल्याला) वा बुवा! वा!

(पेटीवाला खूश.)

रंगमंचावरचा पडदा वर गेलेला. नायिका उभी.

दिसण्याला मध्यमवर्गीय पुणेरी ब्राह्मणी वळणाची.
पलीकडे प्रवासी बॅग, खांद्याची थैली वगैरे.)

सूत्रधार : (रंगमंचाकडे पाहून) आता... ही..... कोण?

(प्रेक्षकांना) कोण असेल? तरुण आहे. स्त्री आहे. त्याअर्थी नायिका असू शकेल. पण सौंदर्याचा ॲटमबॉम्ब दिसत नाही. बाकी अलिकडच्या बहुसंख्य नव्या नाटकांतून आपल्या साध्या बायांसारख्या बाया असतात. दोन हात, दोन पाय वगैरेही असलेल्या आणि वर एक... समस्या. (पेटीवाला टाळी देतो ती घेऊन त्यालाच) काय झालं?

(पेटीवाला अंगठा आणि तर्जनी जोडून 'यँव्' अशा अर्थी आविर्भाव करतो.)

(प्रेक्षकांना) आमचे पेटीवाले मोठे रसिक दिसतात. कारण नसतानाही दाद देतात!

(पेटीवाला खजील चेहरा करतो.)

तर ही रंगमंचावर जेहत्ते कालाचे ठायी जी कोणी उभी आहे महाराजा, ती कोण? (पेटीवाल्याला) कोण? (तो खांदे उडवतो.) विचारूनच बघू. (घसा खाकरून तिला) बाई, तुम्ही कोण?

नायिका : अय्या, मी अंजली भिडे. ओळखलं नाहीत?

सूत्रधार : (त्या आकस्मिक प्रश्नाने गडबडतो.) नाही, तसं नाही, चेहरा... ओळखीचा वाटला...

नायिका : अगदी शक्य आहे. पुष्कळ ठिकाणी जाते ना मी, त्यामुळे पाह्यलीही असेल. त्याचं काय आहे, आपण चेहरे पाहतो, नावही ऐकतो. पण नाव विसरून जातं आणि चेहरा तेवढाच आठवतो. मी पाह्यलेल्या पुरुषांचं असंच झालंय.

सूत्रधार : तुम्ही... पाह्यलेल्या...?

नायिका : का? आश्चर्य कसलं वाटलं? पुष्कळ पुरुष पाहिलेत मी. अंहं, म्हणजे तसे नव्हेत हो, म्हणजे माझ्या लग्नाच्या निमित्तानं.

सूत्रधार : म्हणजे लग्न झालंय तुमचं.

नायिका : उंहूं, अजून नाही कुठं जमलं. नुसते पुरुष पाहिलेत. म्हणजे सांगून जाणं म्हणतात ना, ते. कुणी आहे का माहितीत? असला तर सांगा.

कुणी आहे का माहितीत?
असला तर सांगा! '
ग्रॅज्युएट असला तर बरंच झालं.

पण असला एस्.एस्.सी. तरी बरं.
कुठून तरी
असला
मिळवता, पोटापुरता
की झालं.
तशी मीसुद्धा आहेच मिळवती.
अर्थात्
मिळवत असला जास्त
कुठे ऑफिसर
नाहीतर प्रोफेसर
पगार फोर फिंगर
हजार... दोन हजार... पाच हजार...
तर मस्तच.
आपण देणार सोडून नोकरी
खुशाल बसणार घरी.
करू बॉनसाई नाहीतर एम्ब्रॉयडरी;
आणि अर्थात्... कुकरी.
(जुन्या चालीचे स्मरण देत)
श्रीमंत पतीची राणी
फुगेल बघता बघता.
तुम्ही हसता... हसा.
पण घडेलसुद्धा, नियम नाही.
अर्थात् आपल्याला त्याचा मुळीच मोह नाही.
बरा, चारचौघांसारखाच.
असला तर सांगा
कुणी असेल तर माहितीत.

अट काही नाही.
असून कसली असणार?
हवा धडधाकट.
तिशीचा चालेल.
जास्त वय असून जर का वाटत असेल तरुण

तरी प्रश्नच नाही.

शेवटी वयात काय आहे? नाही का?

आमच्या आजोबांना म्हणे साठाव्या वर्षी झालं होतं ——हूं!

(हाताने मूल दर्शवते.)

प्रण शक्यतो असावा प्रथमवर.

असावा प्रथमवर

पण त्यातून

गेली असली बायको आजारानं, अपघातानं

तर तो तसा प्रथमवरच, नाही का?

लग्न होऊन न झाल्यातच जमा.

पण नको बायकोने सोडलेला.

विषाची परीक्षा कशाला?

असला 'असा'

किंवा 'तसा'

तर लागेल वाट.

म्हणून बॅचलर चालेल.

किंवा विधुरसुद्धा पत्करेल.

असला तर सांगा.

जातपात, गोत्रबित्र, कुंडलीची अट नाही.

मंगळ तेवढा नसला की कसलंच भय नाही.

ब्राह्मणांमधली पोटजात कुठलीही चालेल.

अगदीच झाला नाइलाज तर सारस्वतसुद्धा भावेल.

सीकेपीही वाईट नसतात.

पुरुष म्हणे दारू पितात.

फार नसला पीत तर त्यातलासुद्धा खपेल.

असला तर सांगा.

आता माझ्याबद्दल सांगते.

आपली दिसते तशीच आहे.

आपण नाही ब्यूटी क्वीन

नाही माधुरी किंवा भादुरी.

६ चिरंजीव सौभाग्यकांक्षिणी

नाकाजागी नाक आहे आणि
कानाजागी कान आहेत.
कपाळ आहे, हनुवटी आहे
एक तोंड आहे... जरासं फटकळ...
आणि दोन डोळे आहेत
एकाच–दिशेला–बघणारे.
आपली, आहे आल्सो रॅन
म्हणजे चारचौघींसारखी.
चारचौघींची लग्न होतातच की नाही?
तब्बेतीने हेल्दी.
उंची पाच एक.
आहे बी. ए. पास
आपला आहे थर्ड क्लास.
तशी थोडी गाते
कधी खेळायला पण जाते
चौकात, टेनिस, मुलींबरोबर, साडी नेसून.
सैपाकपाणी येतं
व्हेज, नॉनव्हेज दोन्ही.
नोकरी आहे एका खाजगी ऑफिसात
तिथे सव्वा सातशे मिळतात.
दर साल इन्क्रिमेंट पाच रुपये.
पण समजा, म्हणाला, सोड
तर दिली सोडून.
त्याची इच्छा केव्हांही महत्त्वाचीच.
आता उरलं वय.
न चोरता हंवय?
चोरायचं कशाला? एकोणतीस पूर्ण.
हल्लीच्या मानानं हे फार नाही वाढणं.
आताच्या मुली नाहीतरी लौकर कुठे करतात लग्न?
करून सवरून शेवटी देवपूजा.
पण मी नाही हो तसली.
आपला वाण असली.

नाही ताकास तूर
पुरुषांपासून आपण दोन हात दूर.
स्त्रीचं चारित्र्य महत्त्वाचं. तर काय!
अप्पा म्हणतात इतर मुली बघ कशा चतुर असतात
गटवून पुरुष केव्हांच त्याला मंगळसूत्रात बांधतात.
नाहीतर तू!
असू दे मी अशी.
बरी, आहे तशी
जाळ्यात कुणाच्या पडण्यापेक्षा फशी.
तर तेवढं असू द्या लक्षात
दिसला कुणी एवढ्यात

असला तर सांगा
कुणी आहे का माहितीत?

सूत्रधार : (प्रेक्षकांना) म्हणजे वरसंशोधनाचंच काम माझ्यावर टाकायला लागली ही! हे नाटकातलं की...?
(पेटीवाल्याकडे पाहतो. तो उलट पाहणे टाळून पेटी वाजवण्यात दंग असल्याचा बहाणा करतो.)

सूत्रधार : (नायिकेला) हो हो. पाहीन मी. कुणी असला तर कळवतो.

नायिका : कुठे कळवाल?

सूत्रधार : खरंच. कुठे...?

नायिका : थांबा. (पर्समधून बसचे तिकीट काढून त्याच्या पाठी पत्ता लिहून देते.) हूं, हा पत्ता. 'केअर ऑफ ल. ग. भिडे. विसरू नका. म्हणजे तशी येतात म्हणा पत्रं माझ्या दिसील नावावर डायरेक्ट. पोष्टमन आता ओळखतात मला. पण कशाला उगीच. मग कळवा मात्र. ओळख नसताना त्रास देतेय.

सूत्रधार : त्रास कसला त्यात. कळवतो. जरूर.
(नायिका रंगमंचावरच, हे संभाषण सोडून विणकाम काढून बसते. पेटीवाला पेटीवादन करतो.)

सूत्रधार : (प्रेक्षकांना) नाटकात हे सगळं असंच आहे की हे माझ्याच गळ्यात पडलं? आणि मी यावर काय करावं अशी नाटककाराची अपेक्षा असेल? सूत्रधाराला नायिकेसाठी वरसंशोधनाला धाडणारा नाटककार! आणि मग नाटकाचं काय? छे. हे सगळं लुटूपुटूचं, नाटकातलं असणार.

तमाशातला सोंगाड्या नाही का... एक गोल फेरी मारली की आलं दुसरं गाव. की आलं तिसरं गाव.

(पेटीवाला जोरजोराने पेटी वाजवतो.)

झालं वरसंशोधन. लग्नाच्या राजकन्येसाठी स्थळसंशोधन. काही कुठं जमलं नाही. काय पेटीवाले?

(पेटीवाला दिलगीर चेहरा करतो.)

कुणाला उंची पाच तीन तरी हवी तर कुणी सुंदर मुलीच्या शोधात होते. कुणाला नाकेली पाहिजे तर कुणाला काळ्या रंगाचंच आकर्षण! 'काळी हवी' म्हणाले. व्यक्ती तितक्या प्रकृती. आमच्या राजकन्येला मागणी नाही ––म्हणजे, ब्राह्मणांच्या पोटजातींमध्ये...

(पेटीवाला पेटीवर काहीसे उदास सूर वाजवतो.)

नायिका : (वळून उठून येत) काय, कुठं काही समजलं का? नसेलच. अहो चेहरा कशाला पाडायला हवा? मला सवय आहे. अप्पा म्हणतात लग्नयोग आहे पण कष्टसाध्य. कष्टसाध्य तर कष्टसाध्य. कष्ट करून मिळतं तेच खरं हक्काचं असतं, नाही का?

कष्टाचं ते खरं
बाकी अळवावरचं पाणी.
ताक घुसळल्याविना न येते
ताकावरती लोणी.
हूं... *बरं आठवलं!*
सागरमंथन केले म्हणुनी
नवरत्ने वर आली.
लढण्याच्या कष्टाविण कोणा
विजय–प्राप्ती झाली?
हे आपलं कुठल्या तरी लढाऊ गीतातलं बरं का.
कष्टाच्या घामाने पिकते
शेतकऱ्याची शेती
शाळेत आम्हाला धडा होता...
कष्टकऱ्यांच्या कष्टांवरती
उद्योगांची चलती.
कष्टाला पर्याय नसे हा आजकालचा नारा

कष्टकरी असण्यात आम्हाला अभि—अभिमान असे—
रा—रा—रा...

सूत्रधार : (सूत्र पकडून) न्यारा.

नायिका : दॅट्स इट्. द्या टाळी. भेंड्या खेळण्याची जुनी सवय दिसते तुम्हाला. जाऊ द्या. कुठं काही ऐकू आलं, दिसलं, तर लक्षात असू द्या मात्र. केअर ऑफ ल. ग. भिडे. आणि माझं नाव... ते विसरू नका. अंजली. घरी अंजी म्हणतात मला. माझी मोठी बहीण संजीवनी, संजी. धाकटी मंजिरी, मंजी. नि मी अंजी. नाही, घोटाळा नाही होणार नावांचा कारण घरी मी आता एकटीच असते. संजी नि मंजीचं लग्न झालंय. (कल्पना सुचावी तशी) खरंच, तुमचं झालंय का हो लग्न?

सूत्रधार : (अंग चोरीत) अं? हो. आता जुनं झालं ते.

नायिका : स्थळ सांगून आलं की तसंच जमलं?

सूत्रधार : तसंच जमलं.

नायिका : म्हणजे प्रेमविवाह.

सूत्रधार : असं म्हणायला हरकत नाही.

नायिका : मला विचाराल तर प्रेमविवाहापेक्षा ॲरेंज्ड मॅरेजच बरं.

प्रेमविवाहातलं प्रेम म्हणे सुरवातीलाच संपतं.
सगळं काही आधीच तर देऊन झालेलं असतं.
मग होतो संसार बोअर बोअर बोअर;
ॲरेंज्ड मॅरेजमध्ये सगळं नवीन असतं.
नव्यानेच भेटणं, नवी नवी ओळख
एकेक शंका फेडीत फेडीत एकमेकांना जोखणं.
काही काही उमगत असता नवी कोडी पडणं
ओळंख तशी घडत असता अनोळखीच वाटणं.
प्रत्येक क्षण नवाच आणि दिवससुद्धा नवा
दिलं घेतलं जातं त्याचं अप्रूप वाटत असतं.
नव्यानेच भेटणं, नव्यानेच पेटणं
नव्यानेच जळून पुन्हा नवं नवं असणं.
चोरटं भय मुळीच नाही, तरी एक हुरहुर
छातीत उगीच धडधड, मात्र पापापासून दूर.
सगळं काही कायदेशीर, हक्काचं नि रीतसर

लग्नाआधी प्रेमामधला धोका मुळात नसणं.
प्रेमाशिवाय लग्न. तरी लग्न पदरात पडतं.
लग्नाआधी प्रेम बहुतेक आतबट्ट्यात संपतं.

कारण सगळं आधीच देऊन घेऊन झालेलं असतं ना. त्यापेक्षा ॲरेंज्ड मॅरेज चांगलं. आणि नाही तरी लग्न म्हणजे शेवटी लॉटरीच की. काय?

सूत्रधार : खरं आहे.

नायिका : जाऊ द्या! मला उशीर होतोय. जळगावला चाललेय मी, रेल्वेनं. तिथं एक स्थळ असल्याचं कळलंय.

सूत्रधार : एकट्याच?

नायिका : हो, एकटीच. पूर्वी अप्पा यायचे. आता रिटायर झालेत ते. मी म्हटलं, त्यांना कशाला उगीच आपल्या लग्नासाठी तंगड्यातोड. नाही का? तेव्हांपासून एकटी जाते. आता काही वाटत नाही. मीच स्थळाबद्दल सगळी बातमी काढते. बरं वाटलं तर ॲप्रोच व्हायचं, नाही तर पुढची वाट. जळगावचा मुलगा कऱ्हाडा ब्राह्मण आणि ग्रॅज्युएट आहे म्हणे; पण नोकरी नाही. नसली तर लागेल, नाही का हो? शिवाय मी आहेच की मिळवती. मुलगा चांगला असला की झालं. बघू या. या वेळी तरी आधी स्थळाबद्दलची बित्तंबातमी काढायला हवी.

सूत्रधार : (उत्साहाने) मग... मी होतो स्टेशनवरचा वुइंडोमागचा बुकिंग क्लार्क.

नायिका : नको. तुम्ही ना –कोण व्हाल? तुम्ही व्हा जळगावचे टेंगशे.

सूत्रधार : टेंगशे? कोण हे?

नायिका : टेंगशे हो.. अप्पांचे लांबचे मित्र. ज्यांच्याकडे उतरणार ना मी, ते.

सूत्रधार : ठीक आहे, मी टेंगशे. पेटीवाले...
(पेटीवाला गाफीलपणे कुठे तरी पाहत बसलेला.)
पेटीवाले वाजवा..
(पेटीवाला पेटी जोरजोराने वाजवतो.)

सूत्रधार : (पेटीच्या सुरावर) जळगाव आलं.

(नायिका पलीकडची प्रवासी बॅग आणि थैली घेऊन, जरा फिरून, दाराची कडी वाजवल्याचा अभिनय तीनदा थांबून थांबून करते.)

सूत्रधार : (जळगावचे टेंगशे होऊन तिच्याकडे जाऊन दार उघडल्याचा अभिनय करीत नाकात बोलत) कोण?

नायिका : अण्णा, मी अंजी. अप्पासाहेब भिड्यांची मुलगी. ओळखलंत ना?

सूत्रधार : असं का? पट्दिशी आळखता आलं नाही. हल्ली दिसतं कमीच. *त्यात मुली वाढीला लागल्या म्हणजे बदलतात. म्हटलं आहे, गर्दभी अप्सरा भवेत्.* अचानक इकडे कुठे?

नायिका : अचानक म्हणजे आधी पत्र घातलं होतं मी. मिळालं नाही **तुम्हाला?** घर नंबरच मिळत नव्हता. म्हटलं, **रस्ता** लिहिला की जाईल अनुमान — धबक्यानं अण्णांकडे. तसे पोस्टमन तुम्हाला ओळखतच असणार.

सूत्रधार : आणि हे हातात काय आहे?

नायिका : सामान. तुमच्याकडे उतरायला आले आहे मी.

सूत्रधार : (न ऐकल्याप्रमाणे) काय म्हणालीस? अलीकडे ऐकूही **अंमळ कमीच** येतं. कुठे निघाली आहेस?

नायिका : तुमच्याकडे, उतरायला आलेय. हरकत नाही ना? आणि असली तरी काय म्हणा. आता कशाला दुसरीकडे कुठे जातेय. अप्पांचे तुम्ही मित्र. (अण्णा टेंगशे उर्फ सूत्रधार यावर मख्ख.)

नायिका : अप्पा म्हणाले अण्णाकडेच उतर नाही तर त्याला वाईट **वाटेल.** मी म्हणाले, बरं. त्यात इथं ओळखीचं तसं दुसरं कुणीच नाही ना गावात.

सूत्रधार : (नाराज) इथं आमच्याकडे **पाहुणे** यायचेत राहायला. त्यात **पाण्याचा** पंप मोडलाय. पाणी नाही.

नायिका : येऊ देत की पाहुणे. मी काय, कुठेही पथारी टाकेन. आणि नाहीतरी घरून आंघोळ करूनच निघालेय मी. (सामान खाली ठेवते. बसते.)

सूत्रधार : काय काम काढलं?

नायिका : जरा एका स्थळाची चौकशी करायची होती.

सूत्रधार : स्थळाची? कुणासाठी , मंजुळेसाठी का?

नायिका : नव्हे, मंजूचं लग्न झालं. दोन मुलं आहेत तिला. छान **आहेत.**

सूत्रधार : मग स्थळ कुणासाठी?

नायिका : माझ्यासाठीच. (हसून) अहो बघता काय? लग्न व्हायचंय **अजून माझं.** खरंच. आश्चर्य वाटलं?

सूत्रधार : तसं नव्हे... मंजी धाकटी...

नायिका : हो. आमच्यात तीन वर्षांचा फरक. मी मधली. संजी **माझ्याहून मोठी.** तिचं लग्न होऊन तर आता पाच वर्षं होतील. तिला तीन **मुलं. अप्पा गुदस्ता** रिटायर झाले. अण्णा, कपडे बदलून घेते मी. प्रवासाचे **कपडे बदलल्याशिवाय** बरं नाही वाटणार.

सूत्रधार : (टेंगशेची भूमिका सोडून पेटीवाल्याला खुणावतो. तो पेटी वाजवतो. तिच्या समेवर) कपडे बदलले.

नायिका : (कपडे बदलून आल्याप्रमाणे) अहो अण्णा, लोखंडे आळीतले पटवर्धन तुम्ही ओळखत असाल ना?

सूत्रधार : (पुन्हा टेंगशे झालेला) लोखंडे आळीतले... कोण? नाही बोवा.

नायिका : ओव्हरसीअर आहेत बघा. दत्तोपंत मोरेश्वर पटवर्धन. त्यांचा वडील मुलगा म्हणे लग्नाचा आहे. नाव रघुनाथ. कसं आहे स्थळ काही कल्पना?

सूत्रधार : माझ्या तर ऐकिवात नाही.

नायिका : (पर्समधून कागद काढून) बरं दत्त मंदिरालगतचे मुंजे?

सूत्रधार : नाही.

नायिका : ते या पटवर्धनांचे भाचेजावई. त्यांच्याशी ओळख निघाली तरी काही कळेल. पटवर्धनांशी अलीकडे बरं नाही म्हणे त्यांचं. म्हणजे तरीसुद्धा मी जाणारच आहे म्हणा. बघू काय म्हणतात मुंजे. ओळख नाही म्हणून हाकलून तर काढणार नाहीत!

सूत्रधार : (टेंगशेची भूमिका टाकून पेटीवाल्याला खूण करतो. तो पेटी वाजवतो. पेटीच्या समेवर) मुंजे आले.

नायिका : (पर्ससकट उभी) नमस्कार. आपण श्रीयुत मुंजे का? मी आपल्याकडेच आले.

सूत्रधार : (तोंडात तंबाखू असल्याप्रमाणे) शेजारी. मुंजे शेजारी राहतात——

नायिका : च् च्... माफ करा हं. मला वाटलं की... (पुढच्या दारी गेल्याप्रमाणे) मुंजे इथेच राहातात का?

सूत्रधार : ('मुंजे' होत घशातल्या घशात) आम्ही मुंजे. साबण खपवायला आला असलात तर कृपा करून पुढल्या दारी चला.

नायिका : साबण... (हसू फुटलेले.)

सूत्रधार : यात हसण्यासारखं काय आहे समजत नाही! साबण खपवायला सेल्स गर्ल्स येतात म्हणून म्हणालो.

नायिका : तुमचं काहीच चुकलं नाही. मला ना, हसू येतं असं उगीच.

सूत्रधार : मग हसा.

नायिका : मी जरा काही कामासाठी आपल्याकडे आले आहे. आपण आत बसू या का?

सूत्रधार : नको. बोला, इथंच बोला काय ते. काय काम आहे?

नायिका : नाही पण... आतच... म्हणजे जरा निवांतपणे...

सूत्रधार : इथं पुरेसं निवांत आहे.

नायिका : पण काही गोष्टी अशा उभ्यानं बोलण्याऐवजी... **बसून व्यवस्थितपणे** बोलता येतील, नाही का?

सूत्रधार : नको. इथंच ठीक आहे. अहो घरात कोणीच नाही. कुटुंब माहेरी गेलंय माझं.

नायिका : (लक्षात आल्याप्रमाणे) हात्तिच्या. नसेना का. त्यात काय?

सूत्रधार : त्यात काय?

नायिका : बरं इथंच विचारते. ओव्हरसिअर पटवर्धनांना आपण ओळखत असाल?

सूत्रधार : चांगलाच! आपण त्यांच्या कोण?

नायिका : कुणी नाही.

सूत्रधार : नक्की ना?

नायिका : अगदी नक्की.

सूत्रधार : मुलखाचा...: (आवरून) विचारा. (संशयाने) पण का ही विचारणा?

नायिका : स्पष्टच सांगायचं म्हणजे त्या कुटुंबातल्या रघुनाथला मुलगी सांगून जाण्याचा आमचा विचार आहे. म्हणजे, अजून तसा तो नुसता विचारच आहे.

सूत्रधार : पण रघुनाथ तर आता चांगला बत्तिशीला आला असेल.

नायिका : ते आहे माहीत. एकूण माणसं कशी आहेत ते हवं होतं. म्हणजे मुलगी त्या घरात पडणार, तेव्हां...

सूत्रधार : बत्तिशीपर्यंत पुरुष लग्नाचा राहतो यावरून काय ती कल्पना करा आणि घ्या निर्णय.

नायिका : म्हणजे मुलात काही जास्त कमी...?

सूत्रधार : आम्हाला जास्त बोलायला कशाला लावता?

नायिका : तसं नाही, माणूस लग्नाचा अनेक कारणांनी राहू शकतो. उदाहरणार्थ घरची जबाबदारी.

सूत्रधार : पटवर्धनानं बऱ्यापैकी इस्टेट करून ठेवली आहे— दोन्ही हातांनी–हूं. (खाल्ल्याचा अभिनय) पुन्हा दमडी चोर. त्यामुळे खर्च कमी.

नायिका : एखाद्या प्रेमभंगामुळेसुद्धा कोणी लग्नाशिवाय राहू शकेल.

सूत्रधार : अहो मुलाला पाहा आणि मग सांगा कुणी त्याच्यावर प्रेम करेल का ते.

नायिका : त्यानं कुणावर प्रेम केलं असेल

सूत्रधार : एकीवरच केलं असलं तर आश्चर्य.

नायिका : म्हणजे? तुम्हाला काही विशेष माहिती?

सूत्रधार : असली तरी आपल्या तोंडून ती निघणार नाही. कसे झाले तरी

नात्यातले पडले. उगाच कळलं तर पदरी पडणार लाखोली. त्यापेक्षा मौन उत्तम. तुम्ही विचारा.

नायिका : निदान आज काही शिल्लक नसलं तरी पुष्कळ म्हणते मी. आजकाल कोण कुणाचं पूर्वचरित्र तपासायला जातो? नाही का? सध्या काही आहे का?

सूत्रधार : तुमच्या वयाच्या बाईनं अशी मतं बोलावीत म्हणजे आश्चर्य आहे. नाही म्हणजे, स्पष्टच विचारतो. तुमच्या मुलीला तुम्हाला खड्ड्यात का लोटायंची आहे?

नायिका : (जरा खट्टू होत) मुलगी... माझी नाही...

सूत्रधार : सख्खी नसेल, सावत्र असेल. पण बत्तिशीच्या घोडनवऱ्याला द्यायची म्हणजे...

नायिका : (आवंढा गिळून) तशी ती पण... काहीशी... वाढत्या वयाचीच आहे म्हणानात.

सूत्रधार : म्हणजे किती? पंचवीस? तरी काय झालं? इतका सावत्रपणा बरा नव्हे.

नायिका : नाही, सावत्रपणा नाही..

सूत्रधार : नाहीतर काय?

नायिका : खरं म्हणजे... मी मुलीची चुलत बहीण आहे. हो.

सूत्रधार : चुलत बहीण असा नाहीतर मावस बहीण असा. नाहीतर खुद्द मुलगीच असा. आम्हाला काय करायचंय? तुम्ही विचारलंत म्हणून बोललो. आपलं बोलणं सूत्ररूपानं. 'त' वरून सूज्ञांनी ताकभात ओळखून घ्यावा. या आता. विचार करा आम्ही काय बोललो त्याबद्दल. नाहीतर द्या त्या घरात तुमची चुलत बहीण. नंतर, आम्ही म्हणालो नाही म्हणू नका म्हणजे झालं. दॅट्स ऑल. (तमाशाच्या पद्धतीने प्रेक्षकांना) मुंजे प्रकरण समाप्त. (पेटीवाला गाफीलपणे पेटी न वाजवता बसलेला त्याला) आता नका वाजवू, नको तेव्हां वाजवा!

(पेटीवाला सूर दाबतो.)

(नायिकेला) बाई आता पुढे?

नायिका : पुढे काय, प्रथमग्रासे मक्षिकापात का काय तो. प्रश्नच संपला. बाकी सर्व चाललं असतं. वय जास्त, घरचं वातावरण तितकंसं बरं नाही, मुलाची जुनी प्रकरणं असण्याचा संभव, तो दिसायलाही विशेष नाही... पण आताच बाहेर त्याचं काही चालू असलं म्हणजे मुलीला धोकाच नाही का तो? मुलीला म्हणजे मला. जन्मभर रडण्याची पाळी. त्यापेक्षा या स्थळाचा नाद सोडलेला

काय वाईट?

सूत्रधार : नक्कीच! मग पुढे?

नायिका : पुढे काय? पुण्याला परत.

सूत्रधार : वाईट झालं.

नायिका : मी म्हणते बरं झालं. भलत्याच प्रकरणात फसणार होते ती बचावले. कसंही करून लग्नाचं मंगळसूत्र एकदाचं गळ्यात अडकलं की झालं, असं थोडंच आहे आपलं? लग्न म्हणजे जन्माची गाठ. आपण प्रयत्न करत राहायचं. मी तरी अजून आशावादी आहे बघा.

सगळ्यांनाच कुठे हेमामालिनी होता येतं?

सगळेच गावस्कर काही शतकवीर होत नाहीत.

एखादी इंदिरा फक्त चुलीचं नेतृत्व करते

आणि गांधी होतो हाडवैद्य.

तरी पण आपण असतो. नसू थोर, लोकोत्तर.

पण आपणही असतो, आपणही जगतो, पराक्रम करतो

मनातल्या मनात.

आपण अप्सरा होतो

आपण षट्कार मारतो

आपण आपल्या कोकिळकंठानं दुनिया भापवतो

मनातल्या मनात.

निदान आपल्याला ताप तरी नसतात

थोर असण्याचे.

पुन्हा सगळी सुखं––कल्पनेतली तर कल्पनेतली.

कल्पनेतली सुखं खरी भोगता येतात

कशी ते आम्हाला विचारा.

आम्हाला निदान अधूनमधून स्वप्नात जगता येतं.

त्यांची स्वप्नं जगणं होऊन जातात.

आम्हाला भविष्य असतं

त्यांना असतो फक्त एक इतिहास.

चढणीवर असतो ते आम्ही

ते उताराकडे झुकलेले असतात.

ते संपणारे

आम्ही सुरूच न झालेले.
म्हणून मी आशावादी आहे, मी आशावादी आहे.
आम्ही लव्हाळे
महापुरात वाचणारे.
आम्ही पिछाडीचे
ते मरणारे.
आम्ही कासवं
ते ससे हरणारे.
आम्ही जनता
ते नेते आमच्या भरवशावर डिपॉझिटं जप्त होणारे.
त्यांचं सर्व जातं तेव्हां आमचं आमच्यापुरतं असतं.
त्यांचं हसं होतं तेव्हा आमची मूठ
झाकली
सव्वा लाखाची
असते.
आमची नेहमी मेजॉरिटी
ते मायनॉरिटी.
जग आमचे.
ते वरचे. हवेतले.
म्हणून मी आशावादी आहे
आशावादी आहे
आशावादी आहे.

सूत्रधार : ते एक बरं आहे. (पेटीवाल्याला खुणावून वाजवता करून तमाशाच्या पद्धतीने) स्टेशन आलं. गाडी आली.

(नायिका बॅग आणि थैली उचलून 'गाडीत' बसते. पुस्तक वाचू लागते.
आता एक तरुण येतो. गोरा. 'मॉड्' पोशाखातला. सोनेरी फ्रेमचा चष्मा.
तो तिच्या समोर बसतो, पाईप ओढतो.
सूत्रधार 'शिट्टी' फुंकतो. 'गाडी' चालू होते.
रंगमंचावर आता नायिका आणि तो गोरटेला तरुण. दोघे गाडीत असल्याप्रमाणे किंचित् झुलताहेत.
सूत्रधार त्याच्या जागी बसून. पेटीवाला पेटी वाजवू लागतो, लयीवर. ही लय

रेल्वे गाडीची.

संभाषणाच्या वेळी ही अस्पष्ट होते. कधी जाणवेनाशीही होते.

नंतर पुन्हा स्पष्ट.

तिकडे 'गाडीत' पुस्तकातून नजर उचलून नायिका पुनःपुन्हा समोरच्या गोरटेल्या तरुणाकडे पाहते.

पेटीवाला पेटीच्या स्वरांनी या जागा 'अधोरेखित' करतो.

तरुणाच्या हातातला लायटर सिगरेट शिलगावतांना खाली पडतो. नायिका वाकून तो उचलून त्याच्या हाती देते.)

तरुण : (साहेबाच्या ढंगात) ओह, थँक यू.

नायिका : (बिनधास्त मराठी इंग्रजीत) नो मेन्शन प्लीज. (वाचण्याचा बहाणा. पण मधूनच त्याच्याकडे पाहते.)

तरुण : मे आय नो युअर... अर... नेम? इफ यू वोण्ट माइण्ड ऑफ कोर्स...

नायिका : माय नेम इज अंजली. (पुन्हा वाचण्यात; पण अस्वस्थ.)

तरुण : (तिच्याकडे पाहात) नाइस नेम. याह!

नायिका : थँक यू!

तरुण : आर यू ब्राह्मिन?

नायिका : येस्. आय अॅम ए ब्राह्मिन. बट् देशस्थ.

तरुण : (संमतीदर्शक) हूं हूं.

नायिका : माय सरनेम इज भिडे. बीएचआयडीइ.

तरुण : अच्छा.

नायिका : आर यू फ्रॉम जळगाव?

तरुण : ओ नो. फ्रॉम बॉम्बे.

नायिका : आय कम फ्रॉम पुणे. व्हॉट इज युवर गुड नेम? इफ यू डोण्ट...

तरुण : (साहेबी उच्चारणात) भागवत. शेखर भागवत.

नायिका : थँक यू. मराठी येतं ना?

तरुण : (नाइलाजाने) हूं हूं.

नायिका : मग आपण मराठीतच बोलू या ना? म्हणजे तुम्ही भागवत, मी भिडे...

तरुण : हूं हूं. ('अॅफेक्टेड' उच्चारांनिशी) माझं मराठी—जरा हे आहे... यू नो... त्यामुळे..

नायिका : असेना का? आपल्या आपल्यात तर बोलणार आपण. मला काय म्हणायचंय हे तुम्हाला आणि तुम्हाला काय म्हणायचंय ते मला कळल्याशी कारण.

तरुण : (निर्विकारपणे) राइट! (पाइप ओढत राहतो.)

नायिका : विचारते म्हणून राग मानू नका, पण तुम्ही फॉरिनला होतात का?

तरुण : हूं हूं. उच्च शिक्षणासाठी.

नायिका : कसं ओळखलं!

तरुण : त्यामुळे मराठी बोलण्याची 'ही' नाही. सवय नाही.

नायिका : पण करायला हवी सवय. किती झालं तरी मातृभाषा आहे आपली. मराठी.

तरुण : हूं हूं.

नायिका : (पिशवीतून पुडी काढत) थोडा चिवडा खाणार चिवडा? घ्या ना. प्रवासाला जाते तेव्हां काही ना काही घेऊन येते मी घरच्यांसाठी. एवढे फिरून येणार आपण तर घरच्यांसाठी काही आणावं. नाही का?

(तरुण होकारार्थी मान हलवल्यासारखी करतो.)

नायिका : (चिवडा काढून देत) घ्या. थोडा घ्या.

तरुण : (घेत) थँक्स!

(पेटीवाला चिवडा म्हणताच उठून उभा राहतो. सूत्रधार त्याला खाली बसवतो.)

नायिका : चांगला आहे की नाही? अप्पांना आमच्या, चिवडा फार आवडतो.

तरुण : फादर? वडील?

नायिका : हो ना. रिटायर्ड आहेत. तुमचं गाव कुठलं हो?

तरुण : फरगॉट द नेम... आहे बघा काहीतरी... (आठवू पाहतो.)

नायिका : जाऊ दे. पण आपलं गाव आपल्याला माहीत असायला हवं.

(तो पाइप ओढीत राहतो.)

तर अगदी योगायोगानंच आपली गाठ पडली. (अंदाज घेत) वय फार दिसत नाही तुमचं...

तरुण : थ्री ओ.

नायिका : थ्री ओ?

तरुण : थ्री ओ. थर्टी.

नायिका : (खुशीने) हं हं, थर्टी! (एकदम लक्षात येऊन) काय म्हणता? तीस? मी एकोणतीस चालू.

तरुण : अं?

नायिका : (भान येऊन) काही नाही. घरी कोण कोण असतात तुमच्या?

तरुण : वेल– आय लिव्ह अलोन.

नायिका : जागा नावावर असेल?

तरुण : हूं हूं, जुनी आहे.

नायिका : अहो मुळात जागा असणं हेच मुंबईत मोठं भाग्य. जुनी तर जुनी. म्हणजे भाड्याची असेल आणि भाडं पण जुनं असेल. म्हणजे कमी. (आता चांगलीच धीट झालेली.) ब्राह्मण ना?

तरुण : (प्रश्नार्थक) हूं?

नायिका : नाही म्हटलं, ब्राह्मण ना?

तरुण : वेल्— (खांदे उडवतो.) या तुमच्या बॅगवर पाय ठेवला तर...

नायिका : हो, चालेल की. प्रवासात एकमेकांची सोय पाहावीच लागते. चिवडा घ्या ना आणखी. घ्या हो.

तरुण : (घेत) बस् बाबा आता... टू मच्...

नायिका : नॉट अॅट ऑल. मी पाय इथं ठेवले तर हरकत नाही ना? (तो बसला आहे तिथली उरलेली जागा दर्शवते.)

तरुण : गो अहेड. (पाइप ओढीत राहतो.)

नायिका : बी. ए. आहे.

तरुण : ऊं?

नायिका : मी म्हटलं, बी. ए. आहे. जास्तसुद्धा शिकले असते. पण अप्पा म्हणाले मुलीच्या जातीला उगीच फार शिकून तरी काय करायचंय? म्हणून सोडलं शिक्षण.

तरुण : हूं हूं, आय अॅग्री वुइथ हिम.

नायिका : अप्पांना आनंद होईल कळलं तर. त्यांच्याशी कुणी सहमत झालं की ते खुश होतात. तुम्ही... मी म्हणते... एकदा घरीच का येत नाही आमच्या? पुण्याला आलात म्हणजे?

तरुण : का नाही? येऊ की.

नायिका : नुसतं तोंडापुरतं नको. खरं. अप्पांना सांगून ठेवते मी.

तरुण : बिफोर आय गो बॅक्... आय मीन, स्टेट्सला परत जान्याआधी जाऊन येईन. नो. येऊन जाईन. यू मस्ट रिअली फरगिव्ह मी फॉर माय मराठी.

नायिका : नाही हो. त्याचं काय. मराठीत बोलताय ना तुम्ही? मग झालं तर. पण म्हणजे परत फॉरिनला जाणार म्हणता तुम्ही?

तरुण : हूं हूं, तिथंच सेटलसुद्धा होईन.

नायिका : स्टेटमध्ये सेटल होणार? (इम्प्रेस्ड) मग... लग्नबिग्न...

तरुण : (खांदे उडवतो.) विचार केला नाही.

नायिका : करायला हवा.

(दोघे बोलत राहतात पण पेटीवाल्याच्या पेटीवादनात ऐकू येत नाही.
पेटीवाला पेटी वाजवून नायिकेचा उल्हसित मूड, तिचे एक्साइटमेंट व्यक्त
करतो.
सूत्रधार नायिकेची आतली 'फीलिंग्ज' व्यक्त करणाऱ्या ओळीही पेटीच्या
सुरांवर गुणगुणतो.
तरुण नायिकेपुढून 'एक्सक्यूज मी' म्हणत उठून गेलेला.
नायिकेचा हातातले पुस्तक वाचण्याचा प्रयत्न; पण लक्ष नाही लागत.)

सूत्रधार : (पेटीवाला स्वरांशी खेळत असता नायिकेला)

काय हो. अहो तुम्ही—अंजली ताई...

(नायिका पाहते.)

बरं चाललंय ना? चालू द्या, चालू द्या. (प्रेक्षकांना) यात आता पुढे काय
घडणार? नाटककाराने त्याच्या नाटकात या मुलीसाठी काय घडवून ठेवलंय?
समजत नाही. जवळ नाटकाची प्रत असती तरी बरं झालं असतं.

(इथे नायिका उठून बॅग, थैली उचलून बाजूला गेलेली.)

जेहत्ते कालाचे ठायी महाराज, नायिका पुण्याला तिच्या घरी पोचली असावी,
असा तर्क आहे बरं का. तर आता पुढं काय होतं ते पाहू या.

सूत्रधार : (पेटीवाल्याला खुणावून) पेटीबाई, चला पुण्याला...

(रंगमंचावर नायिका 'गाडी'तून उठून घराशी पोचलेली. काल्पनिक दाराची
बेल वाजवते.

आतून नुसताच संवाद ऐकू येतो:

''अग बाई! कुणी आलं वाटतं...''

''येईना. मरायला याच वेळी''...

''तुम्ही दार उघडा जा बरं आधी. काय म्हणेल कुणी?''

स्तब्धता.

आता कमरेची लुंगी पक्की बांधत अप्पा रंगमंचावर येतात. केस पिकलेले.
तोंडात सिगरेट. रंगमंचावर आल्यावर सिगरेट विझवून फेकतात. काल्पनिक
दाराच्या झरोक्यातून कोण ते बघतात आणि काल्पनिक दार उघडतात.
समोर नायिका.

नायिका काल्पनिक दारावाटे बॅग आणि थैलीसकट आत येते. सामान ठेवून
दम टाकते.)

नायिका : (बॅगवर बसत) दमले बाई.

अप्पा : काय झालं?

नायिका : कशाचं?

अप्पा : अग नवरा बघायला गेली होतीस ना? त्याचं काय झालं?

नायिका : बघितला. (घाईने) म्हणजे त्या स्थळाचं काही खरं नाही.

अप्पा : खरं नाही? का?

नायिका : अहो अप्पा, त्याची चालचलणूक म्हणे बरी नाही. चौकशी केली मी. ते
मुंजेच भेटले. ते म्हणाले

अप्पा : माझा चिवडा आणलास?

नायिका : हो तर. तो कसा विसरेन. (देते काढून.)

अप्पा : (चिवडा चवीने चघळीत) म्हणजे जमलं नाही थोडक्यात. चिवडा
चांगला आहे.

नायिका : (ओरडून) आई, चहा टाक ग... (मग) आणि अप्पा.. (उल्हासाने
काही सांगू जाते आणि आवरते.)

अप्पा : काजू आहेत. आणि शेंगदाणे. अरे वा! काय म्हणत होतीस?

नायिका : नाही, असंच. गाडीतली गंमत.

अप्पा : (कॅज्युअली) मग आता थोडक्यात जळगावच्या स्थळाचाही निकाल
लागला.

नायिका : हो. (जरा हरवलेलीच.) प्रवास अगदीच वाया गेला नाही म्हणा.

अप्पा : चिवडा तरी आणलास. बरेच दिवस मनात होतं माझ्या पण जळगावला
जाणारंच कुणी भेटत नव्हतं. तसा छत्रे यांचा कोल्हापुरीसुद्धा चांगला. पण या
चिवड्याची सर नाही. जास्त तरी आणायचास.

नायिका : पुन्हा गेले तर आणीन हं.

अप्पा : पुन्हा कशाला जाणं होतंय जळगावसारख्या ठिकाणी? तुला.डोकं कमीच.
चांगली वस्तू पुढे मिळेल, न मिळेल. अग एकदा आणायची तीच जास्त
आणावी. हा काय, दोन दिवसांत संपेल. (फ्रस्ट्रेटेड दिसतात.)

नायिका : (हरवत) त्यांनासुद्धा आवडला.

अप्पा : प्रवासाला बरोबर नेले होतेस त्यातले पैसे किती परत आले? सगळे खर्च
नाही ना करून टाकलेस?

नायिका : (हरवलेली.) नावावर जागा... पुन्हा एकटा... फॉरेनला सेट्लू होणार
म्हणे...

अप्पा : (चिवडा चघळत आहेत.) नाहीतर येशील हात हलवीत परत. उतरलीस
कुठं?

नायिका : उतरले ना? तिथंच. टेंगश्यांकडे. ते अप्पा तुमची खूप चौकशी करीत होते. मी त्यांच्याकडे राहणं त्यांना आवडलं नाही तितकंसं.

अप्पा : माणूसघाणाच तो.

नायिका : पण मी म्हटलं, एका रात्रीचा तर प्रश्न. तिथंच राह्यले झालं. पुन्हा म्हणाले काय, पाहुणे यायचेत राहायला. पाहुणे नाही न् कुणी नाही. थाप मारली झालं त्यांनी. पण मी म्हणाले, मारीनात. आपण नाही ना मनावर घेतली? मग झालं तर. येतांना अप्पा, खाऊची पुडी त्यांच्या नातवाच्या हातात देऊन आले, एक रुपयाची

अप्पा : कशाला उगीच? तसे मी त्याच्यावर पूर्वी उपकार केलेले आहेत.

नायिका : अप्पा रीत पाळली नाही म्हणायला नको उगीच त्यांनी. पण बाकी मस्त झाली ट्रिप.

अप्पा : स्थळाचं बोंबललं म्हणतेस नि ट्रिप काय मस्त झाली?

नायिका : (भान येत) एरवीचं म्हटलं मी. गर्दी विशेष नव्हती गाडीला. जागा पण चांगली मिळाली. हो. (हरवू लागलेली.) छान गेला वेळ. (स्वतःशीच हसत) छानच गेला.

(आई चहा घेऊन येते.)

आई : (नायिकेला देत) अंजे, जमलं का शेवटी?

अप्पा : (चिवडा चघळीत) जमतंय, वाट बघा. बोंबलायला कुंडलीतच योग खडतर आहे तर काय होणार कपाळ?

गुरु आहे वक्री आणि शनी आहे चक्री
अष्टमात राहू तसा दशमात केतू
लग्नी आहे बुध त्याला छेद देतोय मंगळ
झिजवा खुशाल जोडे, नाही घडणार हिचं मंगल
इतक्यात.
जन्मस्थानात खडतर योग!
हे तर साले आमचेच भोग.
वाढली, शिकली, तरी शेवटी आमच्याच गळ्यात हा रोग
तूर्त तरी.

आई : दशमात घुसेल राहू आणि मार्गी होईल मंगळ
करील शनी मेहेरनजर तेव्हां शुभमंगल——

अप्पा : तोवर बोंबला.

आई : (उसासत) म्हणजे ही पण खेप फुकट गेली.

अप्पा : चिवडा पदरी पडला म्हणायचं आणि स्वस्थ बसायचं.

आई : तुम्हाला सदाची खाद लागलेली. वय झालं तरी समाधान म्हणून नाही.
(अप्पा चिवडा खात आहेत स्वस्थपणे.)
(नायिकेला) मग आता कामावर जाणार असशील ना?

नायिका : नाही जात आता कामावर. फोन करीन शेजारून. कंटाळा आलाय्.
(अंग ताणून एक छान आळस देते.) झोपेन म्हणते थोडी.

आई : झोप.

अप्पा : नको. मुळीच नको. दिवसा झोपली तर रात्री झोप येणार नाही. तू जेवून
कामावरच जा. लेट मार्क लागेल पण दिवस तरी पदरात पडेल? वाढा तिला.

सूत्रधार : (पेटीवाल्याचे पेटीवर आवर्तन घेऊन होताच) अंजी जेवली. जेवून
इच्छा नसताना कामावर गेली.
(नायिका जाते आत बॅग आणि थैलीसकट.
अप्पा आई आत जातात.
पुन्हा आतून फक्त आईची वाक्ये :
''काय हे? पोर झाली मोठी, तरी...''
''नको ना, कामं पडली आहेत.''
''मोलकरीण येईल भांडी घासायला.''
''खा, मुळापासून खाऊन घ्या....''
स्तब्धता.
पेटीवाला पेटीवर आवर्तन घेऊ लागतो.)

सूत्रधार : जेहत्ते कालाचे ठायी अंजी कामावर गेली खरी, पण कामाच्या ठिकाणी
ती काय करीत होती?
(पेटीवाला 'स्वप्नातल्या पऱ्यांनो' या किंवा यासारख्या भावगीताचे हळवे स्वर
काढू लागतो पेटीतून.)
पेटीबाईला आठवलं. अंजी स्वप्न पाहत होती. 'राजपुत्र' आणि ती...
(राजपुत्राच्या पोशाखात नायिकेला 'गाडी'त भेटलेला तरुण रंगमंचावर
प्रवेशतो,स्वप्नात यावा तसा.
पेटीवाला 'परीकथेतील राजकुमारा'चे किंवा तत्सम स्वर वाजवीत राहतो.
दुसऱ्या बाजूने, स्वप्नात चालावी तशी नायिका येते रंगमंचावर. पोशाख
आधीचा होता तोच.
एखादे जुने द्वंद्वगीत सूत्रधार मुळातल्या आवाजांच्या नकलेसह आणि

उच्चारांसह म्हणू लागतो. पेटीवाला साथ करतो.

नायिका आणि तिचा 'राजपुत्र' बालवर्गातल्या अभिनयगीताच्या थाटाचा किंवा मूळ द्वंद्वगीताच्या नाटकी थाटाचा अभिनय करतात. सूत्रधार शेवटचे आवर्तन घेऊन गीत संपवतो. 'राजपुत्र' तरुण पाठ न दाखवता मागे मागे आत जातो. नायिका रंगमंचावरच राहते. आता टेबलामागे खुर्चीत बसल्याप्रमाणे बसून स्वप्नात हरवल्यासारखी. पेटीवाला अनुरूप सुरावट वाजवतो आहे.)

सूत्रधार : (सुरावटीच्या पार्श्वभूमीवर नायिकेचे मनोगत बोलतो) खरंच तो येईल का? की नाही येणार? कशाला येईल? पण नाही तरी कशाला येणार?

(एकीकडे गळ्याने स्वरांशी खेळतो आहे. पेटीवाला आणि सूत्रधार यांची छोटीशी जुगलबंदी.

पेटीवाला मध्येच एक बदसूर दाबतो.

रंगमंचावर बदसूर वाटणारा प्रभुणे येऊन पोचलेला. हा नायिकेचा कार्यालयातला सहकारी.)

प्रभुणे : (लघळ स्वर) काय मिस् भिडे, काय चाललंय? अं? एवढ्या कसल्या विचारात पडला आहात म्हणतो मी?

नायिका : (भान येत) कसल्या नाही.

प्रभुणे : बाकी छानच दिसत होतात हं तुम्ही आत्ता. 'चिंतनमग्ना.' जमलं वाटतं कुठं? काँग्रॅच्युलेशन्स.

(नायिकेला हे आवडते पण रुचत नाही.)

मग कधी सेलेब्रेट करू या? उद्या येता सिनेमाला? चला. कॅपिटॉलला टॉप इंग्रजी पिक्चर लागलं आहे. मी तिकिटं काढतो.

नायिका : नको.

प्रभुणे : परवा? परवा याच. शेवटचेच दोन दिवस उरलेत बघा पिक्चरचे.

नायिका : नको. मला वेळ नाही.

प्रभुणे : अशी चौदा पिक्चरं गेली तरी तुम्ही हेच म्हणताय.

नायिका : तुम्ही पुन्हा पुन्हा विचारता.

प्रभुणे : बरं सिनेमाचं राहू द्या, जेवायला चला. क्वालिटीचं तंदूर चिकन लाजवाब. जन्माला यावं तर क्वालिटीचं तंदूर चिकन खाण्यासाठी.

जन्माला यावं क्वालिटीतलं तंदूर चिकन खाण्यासाठी.

ला–जवाब.

स्वर्गातल्या अ–ला–कीख्लासुद्धा त्याच्या तंगडीची सर येणार नाही, सांगतो.

जन्माला यावं कॉरोनेशनची माखनी बिर्याणी चाखण्यासाठी.

वा, वा, क्या बात!

नंदनवनातल्या साजुक तुपातल्या साखरभातालाही ती मजा येणार नाही.

अरे जन्माला यावं आणि महमदअली रोडवरचा तंगडी कबाब

भायखळ्याचा शम्मी कबाब

नागपाड्याचा शीख कबाब

खाऊ गल्लीतली पुरीभाजी

प्याऊ गल्लीतली नूरजहानी लस्सी

आणि दादरच्या काका गुण्यांच्या ओम् शान्ती विश्रांतीगृहातली एक प्लेट खमंग मिसळ

वर काळबादेवीच्या भटाच्या दुकानातल्या मसाला चहासकट

नुसती जिभेला लावावी–

ओहोहो! गजब हो गया!

मग आपली मरण्याला मुळीच हरकत असणार नाही

जन्माला येऊन नव्याने हे सर्व खाण्यासाठी.

जांऊ या मग? मी टेबल रिझर्व करून टाकतो.

नायिका : नको. (मूडी बसते.)

प्रभुणे : या वेळीसुद्धा जमलं नाहीच वाटतं? सॉरी, मिस् भिडे.

नायिका : मी म्हणते तुम्हाला काय करायचं आहे माझं जमलं की नाही त्याच्याशी?

प्रभुणे : फ्रेंडशिपमध्ये वाटतं एकमेकांना एकमेकांबद्दल.

नायिका : तुम्ही माझे फ्रेंड नाहीत.

प्रभुणे : सो यू से. पण माझ्या बाजूनं मी आहे त्याचं काय?

नायिका : मला आवडत नाहीत असे प्रकार. मी काय तुम्हाला 'तसली' मुलगी वाटले, मिस्टर प्रभुणे?

प्रभुणे : तसली म्हणजे कसली?

नायिका : कुणाशीही फ्रेंडशिप करणारी?

प्रभुणे : पण मी 'कुणाशी'ही नाही, मिस् भिडे. तुमचं लग्न खरं तर कधींच व्हायला हवं होतं. म्हणजे माझं आधी झालेलं नसतं ना, तर मीच...

नायिका : तुम्ही इथून जा, मिस्टर प्रभुणे.

प्रभुणे : असं चिडचिडण्यात अर्थ नाही. लग्न व्हायचं तेव्हां होईल. तोपर्यंत

एकमेकांच्या सहवासात दोन घटका मजेनं घालवणं...

नायिका : मी काय तुम्हाला कोणी 'चीप' बाई वाटले? चांगल्या घरचा मुलगी आहे मी. तुमचं लग्न झालंय, मुलं आहेत तुम्हाला. आणि एका अविवाहित मुलीला सिनेमाला आणखी जेवणाला बोलावता तरी कसे?

प्रभुणे : पण.. ..

नायिका : काही बोलू नका. तुमच्यासारखेच लोक समाजात अनीती वाढवतात. चांगल्या घरच्या तरण्याताठ्या मुलींना बिघडवतात.

प्रभुणे : उगीच आरोप करू नका. वाटलं तर नाही म्हणा. ज्याच्या त्याच्या मर्जीचा प्रश्न आहे. आपल्याला काय? ही नाही तर दुसऱ्या दहा पडल्यायत. आणि तुम्ही काय आता तरुण मुलगी आहात? कमीत कमी तिशीचं तरी वय असेल.

नायिका : (फणकारून) तिशी झालेली नाही अद्याप माझी! आणि नाही लग्न झालं तर मिस्टर प्रभुणे आजन्म कुमारिका राहीन मी, पण तुमच्या सारख्यांच्या गोड बोलण्याला नाही फसणार. पुन्हा माझ्या नादी लागू नका म्हणजे झालं नाही तर वर तक्रार करीन मी, सांगतेय.

प्रभुणे : (जाऊ लागत) करा की. आपल्याला काय कुणाची भीती आहे? आपण सांगू, गेलो घेऊन, आली म्हणून. फक्त जेवायला तर बोलावत होतो.

नायिका : मी कधीच तुमच्याबरोबर आले नाही. येणार पण नाही. तुम्ही जा इथून.

(प्रभुणे गेलेला.

पेटीवाल्याने अनेक सूर एका वेळी दाबून त्याचे जाणे 'साजरे' केलेले.

पेटीवाला स्वतःवर खूश होत सूत्रधाराकडे टाळी मागतो. सूत्रधाराचे लक्ष नाही. त्याचे लक्ष नायिकेकडे.

नायिका ऑफिसात पुन्हा कामाला लागलेली. पण अस्वस्थ.)

सूत्रधार : प्रभुणे जरा कोडगाच आहे.

नायिका : कोळ्यासारखा चिकट. जरा वेळ मिळाला की जाळं विणायला लागलाच.

सूत्रधार : प्रभुणे सोडा, पण केव्हां तरी कुणाबरोबर तरी जेवायला, सिनेमाला जाण्यात तसं काय वावगं आहे, म्हणतो मी.

नायिका : वावगं आहे. तुम्हाला कल्पना नाही. अप्पा म्हणतात, कुणी पाहिलं की लगेच काट्याचा नायटा करणार. फार सवय असते लोकांना. आणि एकदा प्रवाद पसरले की, स्थळ मिळणं तेवढं बिकट नाही का होणार? मी कुठल्याच

पुरुषाबरोबर कधी कुठं जात नाही बघा. अहो एकदा अप्पांबरोबर नाटकाला
गेले तर केवढी धाकधूक होत होती मनात. कसे बघत होते लोक, तुम्हाला
सांगते. प्रत्यक्ष बापाबरोबर दिसले तर ही तऱ्हा, मग आणखी कुणाबरोबर
दिसले तर काय होईल सांगा?

सूत्रधार : म्हणजे कधीच कुणा पुरुषाबरोबर ...?

नायिका : कधीच नाही! कुठल्याही पुरुषाबरोबर मी कुठे जात नाही.

कुठल्याही पुरुषाबरोबर मी कुठे जात नाही.
कुणी चालत असला शेजारून
वयावरचा किंवा तरुण
तर थांबून राहते.
त्याला पुढे जाऊ देते.
बसमध्ये जागा असली पुरुषाशेजारी
देखणा नाहीतर कुरूप
तरी बसत नाही.
नाकासमोर बघते.
उभीच राहते.
गर्दीत घासू लागलं अंगाला कुणाचं अंग
सुशिक्षित नाहीतर असाच
गर्दी सोडते.
बाहेर पडते.
मनानं आंघोळ करते.
ऑफिसमध्ये बघू लागला कुणी घालून डोळ्यात डोळा
कलीग नाहीतर बॉस
नजर फिरवते.
पाय काढते.
तरी छाती धडधडते.

पण अलीकडच्या मुलींना बघावं तर कसलं सोयरसुतकच नाही. कुणाबरोबर
कुठंही जातात. काही करतात. खूप ऐकते मी. आम्हाला नाही बाई असलं
जमणार.

सूत्रधार : बरं भागवत धर्माबद्दल काय विचार आहेत तुमचे?

नायिका : कशाबद्दल?

सूत्रधार : भागवत धर्माबद्दल.

नायिका : भागवत धर्माबद्दल?

सूत्रधार : (पेटीवाला मागून लक्ष वेधून घेण्यासाठी सूत्रधाराच्या शर्टाला हिसके देऊ लागतो; त्याला एकीकडे थांबवीत) भागवत धर्म —

नायिका : (जरा उशीरा ध्यानी येऊन) हां, हां. (लाजलेली.) तसं म्हणताय होय तुम्ही!

(पेटीवाला सूत्रधाराच्या मांडीवर थाप देतो, वा भैया, कमाल केली वजा.)

नायिका : (सुखावलेपणा लपवीत) मी बघा उगीच फार आशेवर राहात नाही. ही तर प्रवासातली ओळख. प्रवासातल्या ओळखी बहुतेक प्रवासातच राहतात.

सूत्रधार : ही नाही राहणार.

नायिका : तुम्ही म्हणा तसं. मी नाही गॅरंटी देणार. उगीच टांगून राहायला होतं आणि काही झालं नाही म्हणजे पुन्हा त्रास.

सूत्रधार : पण कसा वाटला तुम्हाला?

नायिका : कोण?

सूत्रधार : भागवत धर्म.

नायिका : इश्श्य. चांगला आहे की. वाईट कशाला असेल? ओझरती तर भेट बहुतेक यानंतर तो भेटणारचं नाही.

सूत्रधार : भेटेल.

नायिका : छे हो —

सूत्रधार : पैज लावता?

नायिका : हो.

सूत्रधार : आम्ही जिंकलो तर काय?

नायिका : तुम्ही सांगा.

सूत्रधार : सेव्हन हेव्हन्समध्ये जेवण.

(पेटीवाला हुशारून ताठ होतो.)

नायिका : ठीक आहे.

सूत्रधार : आणि तुम्ही जिंकलात तर... पण तुम्ही मुळी जिंकणारच नाही.

नायिका : लागली पैज. मी जिंकले तर तुम्ही जेवण द्यायचं.

सूत्रधार : तुम्ही येणार? का आमचा प्रभुणे होणार?

नायिका : (मनापासून हसून) नाही. येणार, येणार. तुम्ही 'तसले' नाहीत काही.

सूत्रधार : पैज आम्हीच जिंकणार, लक्षात ठेवा.

नायिका : बघू या.

(पेटीवाला खुशीने पेटीवर आलापांच्या हारी काढू लागतो.)

सूत्रधार : (प्रेक्षकांना) नायिका तिच्या घरी बसलेली.

(आता घरी येऊन बसलेली नायिका मनोमन मोहरलेली.

डोअर बेल जरा कर्कशपणेच वाजते.

नायिका दचकलेली.

तरुण येऊन 'दारा'पाशी उभा. आता तो सुटात. हाती पाईप. नायिका जाऊनं काल्पनिक दार उघडते आणि त्याला पाहून हरवते.)

नायिका : (सावरण्याचा प्रयत्न करीत) अं... ? तुम्ही...

तरुण : (वाकून अभिवादन करीत) शेखर भागवत. (आत येतो.)

(नायिका त्याला सामोरी राहून तेवढी मागे मागे होत जाते. अखेर कॉर्नर झाल्यासारखी उभी.)

घरात... कोन नाही वाटतं?

नायिका : (नाही अशा अर्थी मान हलवीत) आहे ना. तुम्ही... कसे?

तरुण : वेल... पुन्याला... काम निघालं... म्हटलं आल्यासारखं... तुम्हाला... भेट देऊन जावं.

नायिका : बसा ना. बसा.

तरुण : ओ, थँक्स. (बसतो.

दोघांत दृष्टादृष्टीचे काही अपघात. नायिका जास्त जास्त नर्व्हस झालेली.)

नायिका : पत्ता... कसा सापडला?

तरुण : (वॉलेट काढून त्यातून एक चिटोरे काळजीपूर्वक काढून दाखवीत) हिअर. हा काय... तुम्हीच लिहून दिला होता.

(घडते आहे त्यावर नायिकेचा विश्वास बसत नाही.

काही अवघडले क्षण.)

नायिका : थांबा हं. मी... पाणी... (आत जाऊ लागते.)

तरुण : (अडवीत) नो.

(ती आज्ञा झाल्याप्रमाणे उभी. घाबरलेली.)

यू थॉट आय वोण्ट कम्?

नायिका : अं? हो... नाही.. तसं नाही...

तरुण : मागल्या वेळेलाच मनाशी ठरवलं होतं. दॅट आय विल सी यू अगेन. हूं हूं. खरं म्हणजे, तुला भेटण्यासाठीच पुन्यामध्ये मी काम काढलं.

(नायिकेच्या नजरेत अविश्वास.)

तुझी शपथ.

(नायिका त्याचा स्पर्श गळ्याला झाल्याप्रमाणे शहारते.)

आठवन होत राहिली. वाटलं, आता तुला भेटलंच पाहिजे.

(नायिका मंत्रमुग्ध.)

तरुण : यू लुंक क्यूट.

(नायिकेचा विश्वास नाही पण हे तिला आवडते आहे.)

नायिका : खोटं. (नजरेला नजर देणे जमत नाही. खाली पाहते. तरुण तिच्यापाशी जाऊन स्पर्श न करता उभा राहतो. नायिकेला जवळीक जाणवते आहे.)

कुणी... पाहील.... (तोंडाला कोरड.) मी... चहा करते....

तरुण : नो नो. (खासगी सुरात) चहा नको–तू. आय नीड यू. ओनली यू—

(नायिकेला जणू आता तो शब्दाने स्पर्श करतो.

ती जागच्या जागी शक्य तितक्या दूर होते. जोराचा श्वासोच्छ्वास.

तरुण आता तिचा हात धरतो.

नायिका घाबरून जमिनीकडे बघते आहे.)

व्हाय डोण्ट यू कम टु माय हॉटेल रूम? अं?

नायिका : (सुन्न.) अं...?

तरुण : व्हाय डोण्ट यू? नंबर थ्री ओ थ्री... होटेल मीलन... यू विल कम... प्रॉमिस.... (सक्तीने तिचा हात हातावर घेतो.) यू हॅव प्रॉमिस्ड... रूम थ्री ओ थ्री... हॉटिल मीलन... उद्या... बाय... (तिचा हात सोडतो. झटक्याने 'घरा'तून बाहेर निघून जातो.)

(तरुण गेला तिकडे बघणारी नायिंका. अंगाला कंप.)

सूत्रधार : (पेटीच्या हलक्या साथीवर) स्वप्न पाहिले? की ते सत्यचि होते?

आठवण होता अंग अंग मी बहरुनिया जाते.

स्वप्न?...

सत्य?...

स्वप्न?...

(बेल वाजते कर्कशपणे.

नायिका दचकलेली.

'दार' उघडते. अप्पा आणि आई येतात.)

आई : दमले बाई.

अप्पा : छे छे छे! या सिनेमेवाल्यांना अकला नाहीत.

आई : मेली रिक्षा मिळता मिळेना.

अप्पा : मी यापेक्षा बरी स्टोरी लिहिली असती.

आई : सिनेमे सगळे एका वेळेलाच सुटतात ना. रिक्षा मिळणार कशी?

अप्पा : अरे नायिकेला जीव द्यायला पटण्यासारखं कारण तरी हवं?

आई : शेवटी अर्धी वाट चालत आलो, तुला सांगते.

अप्पा : फुकट गेले. तिकिटाचे पैसे फुकट गेले. नायिकेचं मर्तिक बघितलं.

आई : मुळात उन्हातनं गेलो. परत येताना ही रड.

अप्पा : त्यातल्या त्यात कॅबरे बरा होता. बाकी टुकार.

आई : गार काही घ्यायचं म्हटलं तर सिनेमा थेटरच्या हाटेलात कसल्या किंमती ! महागडे मेले.

अप्पा : पूर्वीचे सिनेमे असे नव्हते. तो माणूस, तुकाराम, देवदास, दुष्मन... अरे काय गोष्टी, काय कामं, काय गाणी... वा वा वा. नागासारखे डोलायचो आम्ही. नाहीतर हा हल्लीचा धांगडधिंगा.

आई : पाण्यावर भागवलं शेवटी. जीव मेटाकुटीला आला ग बाई.

अप्पा : (बायकोला) मी म्हणतो नायिकेला जीव द्यायला कारणच काय?

उगीच आपले फिल्मवाले असले शेवट घडवतात.
प्रेक्षकांना रडवून आपला गल्ला भरतात.
नाहीतर काय!
समजा नायिकेला नायकानं नाहीतर खलनायकानं गटवलं;
वर तिची अब्रू लुटून फसवलं;
राहिला तिला गर्भ मी म्हणतो;
सो व्हॉट?
आत्महत्या ? सुइसाइड?
अरे मरण्यात नव्हे, जगण्यात पुरुषार्थ आहे, महाराजा!
किंवा समजू त्यानं केलं लग्न.
आणि दिली टाकून
सीतेसारखी
कुणा धोब्याच्या शब्दावरून
तान्ह्या पोरासकट हवी तर!
वर मारली, पिटली
देशोधडी लावली
जाहीर बदनामीसुद्धा केली, कुलटा म्हणून.

वर, जाऊन दुसरी बाई गाठली.

सो व्हॉट? आं? सो व्हॉट?

आत्महत्या? अरे हट्!

लढण्यात—लढण्यात पुरुषार्थ आहे, पळण्यात नव्हे.

जगण्यात पुरुषार्थ आहे, मरण्यात नव्हे.

किंवा काय म्हणतो मी, की नायक मेला.

किंवा अपघातात सापडून झाला लुळा नाहीतर आंधळा.

किंवा अगदी ठार वेडा.

फिकीर नाही.

फिकीर नाही,

मागा भीक.

भिकाऱ्यांचंही हल्ली छान चालतं.

त्यात नायिका गाणारी, नाचणारी, म्हणजे तर प्रश्नच नाही.

थोडी हलवली छाती

झुलवली कंबर

मारले डोळे, की हवी तेवढी मिळकत!

आत्महत्या करायला झालं काय? काही जस्टिफिकेशन तर हवं?

नाही भागलं तेवढ्यानं तर मी म्हणतो

झोपा कुणाबरोबर.

घटके अर्ध्या घटकेचा प्रश्न.

पुन्हा पतीसाठी शीलविक्रय!

पण जीव कसला देता?

लढण्यात पुरुषार्थ आहे, पळण्यात नव्हे.

जगण्यात पुरुषार्थ आहे, मरण्यात नव्हे.

आता अगदी पलिकडचंच घेऊ.

पळवली गुंडांनी

केला बलात्कार पाठोपाठ

त्या अमूक अमूक पिक्चरमध्ये दाखवला होता तसा.

नाही, त्रास होणार. मी म्हणतो अंग ठणकणार.

दुःखही वाटणार.

अगदी रागसुद्धा येणार.

पण मग पेपरवाल्यांना गाठा.

पोलिसाकडे जा.
मारा बोंब.
होऊ द्या बोंबाबोंब.
कोर्ट खटला.
सनसनाटी मसाला.
गुन्हेगारांना अद्दल.
वाचकांना मेजवानी.
पण आत्महत्या? खुदखुशी? आत्मघात? सुइसाईड?
नो, नो, नो.
पटत नाही. डोक्यात बसत नाही.
बाष्कळ. वायफळ.
प्रेक्षकाला च्यूतिया बनवण्याचा उद्योग! दुसरं काय?

नायिकेला जीव द्यायला कारणच नव्हतं. नुसता एक बलात्कार होऊन गर्भ राहिला तर काय जीव द्यायचा? आता खायला काही करा बोवा.

आई : घ्या! थकून घरात पाऊल टाकावं तर तुमचं हे असं. मी मेले म्हणजे सुटाल. दिवस म्हणता दिवस नाही. रात्र म्हणता रात्र नाही...

अप्पा : बोला मग, आधी खाण्याचं काही बघा. जा. भूक काय कुणाला लागत नाही का काय. अरे शरीर आहे!

आई : आपलं ते शरीर. आणि दुसऱ्याचं काय यंत्र असतं? अंजे, जा बाळ थालिपीठं कर कांद्याची. खाऊ दे एकदा ह्यांना. लगेच म्हणतील आता जेवायला वाढा.

नायिका : (तिथून स्वतःच्याच नादात) हो आई— (तिथून निघून दुसरीकडे येते.)

सूत्रधार : (पेटीवाल्याचे पेटी वाजवणे चालते त्यावर) थालिपीठं झाली. अप्पांनी खाल्ली. अंजी रात्री बिछान्यात पडली. तळमळत राहिली. झोप लागेना. हॉटेल... मीलन... खोली तीनशे तेरा... हॉटेल मीलन... घडलं ते खरं? की स्वप्न? हॉटेल मीलन...

(अप्पा आई आत गेलेली.
एकटी नायिका उभी. अजून हरवलेली. काल्पनिक पब्लिक फोनकडे येते. कापऱ्या हाताने टेलिफोनचा रिसीव्हर उचलते. कानाला लावते.
पेटीवाल्याचे पेटी वाजवणे थांबलेले.)

नायिका : (कापरा स्वर) हॅलो... हॉटेल मीलन...?

सूत्रधार : (लेडी ऑपरेटरच्या पद्धतीने दोन चार काल्पनिक वायर्स इकडच्या तिकडे खोवून) येस मॅडम. हॉटेल मीलन.

नायिका : (स्वतःशी झगडत) रूम... थ्री... ओ... नव्हे, झीरो... थ्री प्लीज...

(सूत्रधार लेडी ऑपरेटरच्या पद्धतीने तिला लाईन देऊन एक चावट मासिक वाचत बसतो. पेटीवाला पेटीवर 'इन कमिंग कॉल्स'सारखे चित्रविचित्र आवाज काढतो.

आता सूत्रधार काऊंटरवरचा 'रिसेप्शनिस्ट' होतो. काऊंटरवरचा फोन घेतो.)

सूत्रधार : हॉटेल मीलन, गुड मॉर्निंग...

नायिका : (धपापत) इज धिस... इट्... रूम नंबर... थ्री...

सूत्रधार : धिस इज रिसेप्शन मा'म. व्हॉट कॅन आय डू फॉर यू?

नायिका : (गोंधळलेली) आय वॉंट... आय वॉंट रूम थ्री वन... थ्री...

सूत्रधार : (मुद्रेने वैताग व्यक्त करीत) सॉरी मा'म.... धिस इज रिसेप्शन.

(काल्पनिक रिसीव्हर पिनवर हलकेच आदळतो.)

(नायिका या आदळण्याने जरा हबकलेली; मग पुन्हा नंबर फिरवते. फिरवताना गोंधळ गडबड करते. शेवटी नंबर लागतो.)

सूत्रधार : (पुन्हा लेडी ऑपरेटर.) हॉटेल मीलन...

नायिका : एक्सक्यूज मी... आय वॉंट..

(सूत्रधार कुठली तरी लाइन जोडून लेडी ऑपरेटरसारखा पुन्हा मासिकात. नायिका रिसीव्हर धरून उत्कंठित उभी.)

सूत्रधार : (आता ऑपरेटरचा 'शेफ' होऊन) रूम सर्व्हिस, गुड मॉर्निंग...

नायिका : (गोंधळलेली) आय वॉंट रूम नंबर थ्री वन... नो... थ्री... येस... वन... थ्री...

सूत्रधार 'शेफ'च्या भूमिकेत रिसीव्हर पिनवर आदळतो.

नायिका हादरलेली. घाम टिपते मोकळ्या हाताने.

सूत्रधार पुन्हा लेडी ऑपरेटर होऊन मासिक वाचतो मिटक्या मारीत.

नायिका पुन्हा नंबर फिरवते धीर करून.)

सूत्रधार : (लेडी ऑपरेटर) हॉटेल मीलन. ('मासिका'मधली नजर न काढता रिसीव्हर कानाला लावतो.)

नायिका : रूम नंबर थ्री... वन... थ्री...

सूत्रधार : (लेडी ऑपरेटर म्हणून वैतागत) बट आय गेव्ह यू द नंबर ना ।

(रिसीव्हर पिनवर आदळू जातो. मग संयम सुचून 'लाईन' जोडतो.)

(नायिकेच्या मुद्रेवर अधीरता. फोन वाजत असावा तसा ताण.
पेटीवाला टेलिफोनमधून येणारे विविध आवाज पेटीवर काढतो.)

सूत्रधार : (कुठल्या तरी खोलीतला 'एकजण' होत रिसीव्हर उचलतो. कसाबसा
अर्ध्या झोपेचा जागा होत, जांभई दाबत) हलाव.

(नायिकेच्या छातीत प्रचंड **धडधड**. जीभ लुळी पडल्यासारखी.)

सूत्रधार : (एकजण ओरडतो) हलाव!

(नायिकेची जीभ हलत नाही. हाताला कंप.)

(डरकाळून) हला——व्! साला रामपारला का सतावते? (रिसीव्हर पिनवर
आपटतो. पुन्हा 'पांघरुणा'त.)

(नायिकेच्या हातचा रिसीव्हर गळून पडू बघतो. ती तो सावरून धरते
कसाबसा. आता केविलवाणी.

सूत्रधार 'लेडी ऑपरेटर' होऊन निवांत मासिक वाचत बसलेला.)

नायिका : (रिसीव्हरमध्ये) हॅलो... (कोरड्या ओठांवरून जीभ फिरवते आहे
वारंवार.) इज इट रूम नंबर श्री... वन... श्री... प्लीज...?

(तरुण दुसऱ्या बाजूला येऊन काल्पनिक रिसीव्हर धरून उभा.)

तरुण : याह.

नायिका : (आवंढा गिळून) भागवत आहेत का?

तरुण : स्पीकिंग.

नायिका : मी बोलते आहे... अंजी—

तरुण : स्पीक लाउडली प्लीज...

नायिका : अंजी... अंजली... (धीर सुटत) राँग नंबर आय थिंक... सॉरी...
(रिसीव्हर ठेवू बघते.)

तरुण : (तेवढ्यात) भागवत हिअर. शेखर भागवत.

नायिका : मी अंजली बोलते आहे.

तरुण : अंजली? ('दिवा' 'पेटत' नाही.)

नायिका : (न आवडून पण तरी) भिडे. अंजली भिडे.

तरुण : कोण अंजली भिडे?

नायिका : (उतरलेल्या चेहऱ्याने) राँग नंबर... सॉरी... (रिसीव्हर ठेवते. मूढ.
अस्वस्थ. दुखावलेली.)

(पेटीवाल्याचे पेटीवर अनुरूप स्वर.)

सूत्रधार : (नायिकेचे मनोगत बोलतो.) कोण अंजली भिडे! हं. बोलून चालून
प्रवासातली ओळख; प्रवासातच संपली. पण मग... काल घरी... आपण होऊन

तर आला... मला बोलावलं... की ते स्वप्न? की हे स्वप्न? नव्हती ओळख द्यायची तर ये कशाला म्हटलं? मुळात मीच फोन केला कशाला? माझंच चुकलं. माझंच! नाही तरी अप्पा म्हणालेच आहेत, लग्नयोग आहे पण कष्टसाध्य. कष्टसाध्य तर कष्टसाध्य, पण असले अपमान कशाला घ्यायचे? जन्मात यापुढे असलं काही खरं मानायचं नाही. या वाटेला जायचंच नाही. नाहीतर काय. आपल्याला झाली तरी काही किंमत आहे की नाही. कुणाला याबद्दल बोलायचं नाही.

(सूत्रधार हे नायिकेचे मनोगत बोलत असता मनोगताच्या 'मूड' मध्ये नायिका ऑफिसात जाऊन आपल्या खुर्चीत टेबलापुढे बसावी तशी बसलेली. सूत्रधाराच्या शेवटच्या वाक्याला हळूच रुमालाने डोळे टिपते. पण तरी ते पुन्हा भरून येतात. पुन्हा नाकडोळे पुसते.)

प्रभुणे : (येऊन) काय मिस् भिडे, काय चाललं आहे?

(नायिका दचकलेली. घाईने उठून बाथरूमकडे गेल्यासारखी जाते, तोंड लपवीत.)

अरेच्या! काय झालं हिचं? काहीतरी पाणी मुरतंय.

सूत्रधार : प्रभुणे, तुम्ही जा.

(प्रभुणे सूत्रधाराकडे बघतो.)

सूत्रधार : तुम्ही जावं हे बरं, प्रभुणे. तुम्ही जा.

प्रभुणे : पण माझी एंट्रीच होती.

सूत्रधार : ती तुम्ही घेतली. आता एक्झिट घ्या.

प्रभुणे : पण नाटकात...

सूत्रधार : नाटक या वेळी मला माहीत नाही. नाटकात झालं तरी कुणाच्या जखमेवर चोची मारणं योग्य नव्हे. तुम्ही फुटा.

प्रभुणे : मी फक्त त्यांना जेवायला येणार का म्हणून...

सूत्रधार : ते तुम्ही मागल्या खेपेला विचारलं.

प्रभुणे : पण पुन्हा नव्यानं मी आज विचारणार आहे. ते आमचं तंत्र आहे. जेवण नाही तर कमसे कम सिनेमा तरी. तुम्हाला नाही ते कळायचं—

सूत्रधार : ती—येणार—नाही.

प्रभुणे : पण तिला काय ते म्हणू द्या की. तुम्ही का म्हणताय?

सूत्रधार : मीच म्हणणार आहे. यूं कॅन गो.

प्रभुणे : पण तुम्ही कोण?

सूत्रधार : मी या नाटकाचा सूत्रधार.

प्रभुणे : सूत्रधार? मी तुम्हाला ओळखत नाही.

सूत्रधार : पण मी तुम्हाला ओळखतो. गमन करा, प्रभुणे.

प्रभुणे : तिला विचारल्याशिवाय मी जायचाच नाही तो. च्यायला हा काय जुलूम? आम्हाला विचारायलासुद्धा देत नाहीत!

सूत्रधार : प्रभुणे, ती परत येण्याआत अदृश्य व्हा.

प्रभुणे : नाही गेलो तर?

सूत्रधार : मी पडदा पाडीन. ती हो म्हणणारच नाही हे तुम्हाला माहीत असता पुन्हा पुन्हा विचारण्यात काय मिळतं तुम्हाला?

प्रभुणे : ती कधी तरी हो म्हणेल ही आशा आहे. प्रयत्ले वाळूचे... केल्याने होत आहे रे... काय उगीच म्हटलं आहे पूर्वजांनी?

आम्ही यत्नवाले
प्र–यत्नवाले.
नशिबाचे वरदान जयांना त्यांची येथे चलती
यश ज्यांना वश त्यांना येथे सर्व सुखे की मिळती.
निजकर्तृत्वे उत्कर्षावर सवार कोणी होती
हीरोमागे हिरॉइनांची फौज राहते फिरती.
आम्ही यत्नवाले.
प्र–यत्नवाले.
कोणी येती बडे बापके मुखि सोन्याचा चमचा
कुणास मुखडा मदनाचा, कुणी हुशार तल्लख साचा.
कुणी ठोकी षट्कार होतसे कोणी 'नट' वरलाल
वाणीचा कुणी फर्डा, तैसा कुणी कवडा गुलजार.
आम्ही यत्नवाले.
प्र–यत्नवाले.
'लक्' वाल्यांची पलटण पुढती चाले हाणित हात
कर्तृत्वाचे रखवाले हडपतात उरली लूट.
पळे मागुनी गर्दी, आम्ही तेच, पिछाडीवाले
कण वाळूचे रगडत फिरतो जरी न निघती तेले.
आम्ही यत्नवाले.
प्र–यत्नवाले.

आम्हाला एक ठाऊक : फळाची अपेक्षा न धरता प्रयत्न करीत राहावं.

सूत्रधार : दुसरी कुणी पहा.

प्रभुणे : हात्तिच्या, अहो तिघी आहेत. आलटून पालटून विचारीत राहतो. एक
तरी केव्हां ना केव्हां हो म्हणेल.

सूत्रधार : प्रभुणे, विवाहित गृहस्थ तुम्ही, तुम्हाला हे शोभतं?

प्रभुणे : तुम्ही असं बोलता की जसा काही मी काहीच आहे. तो—अनेकींशी लग्नं
करणारा. च्यायला येऊन जाऊन आम्ही मागतो काय तर जेवायला जाणं
नाहीतर सिनेमाला जाणं. तेसुद्धा सांगून. उगाच फसवणूकसुद्धा नाही. काय
हो, – नाही—यामध्ये काय एवढं न शोभण्याजोगं आहे? ज्याच्या त्याच्या
मर्जीचा मामला आहे. या नाहीतर नका येऊ. आम्ही विचारणार.

सूत्रधार : ती एवढ्यात येईल. प्रभुणे, आत जा. आणि मी सांगेपर्यंत पुन्हा बाहेर
येऊ नका.

प्रभुणे : (वैतागलेला) अरे काय कराल, करा.

सूत्रधार : (पेटीवाल्याकडची पेटी ओढून घेऊन 'हिप्नॉटिक' वाटणारे स्वर
वाजवीत जादूगाराप्रमाणे) प्रभुणे—

प्रभुणे : (स्पेलखाली जातो.) ओ—

सूत्रधार : तुम्ही कोण आहात?

प्रभुणे : (तसाच) मी पात्र आहे.

सूत्रधार : तुम्ही कुठल्या नाटकातलं पात्र आहात?

प्रभुणे : मी या नाटकातलं पात्र आहे.

सूत्रधार : नाटकं कुणाचं आहे?

प्रभुणे : नाटक प्रेक्षकांचं आहे.

सूत्रधार : नाटक कुणाचं आहे?

प्रभुणे : नाटक क्रिटिकांचं आहे.

सूत्रधार : प्रभुणे, नीट उत्तर द्या. नाटक कुणाचं आहे?

प्रभुणे : नाटक नाटककाराचं आहे.

सूत्रधार : तर मग प्रभुणे—

प्रभुणे : ओ.

सूत्रधार : परत जा. त्रस्त समंधा, आलास तिकडे परत जा.

प्रभुणे : चाललो. (पाठ न दाखवता, स्पेलखाली असावा तसा आत जातो.)
(सूत्रधार पेटीवाल्याला पेटी परत करतो.
नायिका येते. 'टेबला' पाशी बसते. अजून शांत झालेली नाही.)

सूत्रधार : ('प्यून' प्रमाणे रंगमंचावर जाऊन) भिडेबाई, तुमचा फोन.

(नायिका हे ऐकून उठते. सूत्रधारामागून चालत ऑफिसच्या 'फोन'शी पोचते. सूत्रधार प्यूनच्याच भूमिकेत रंगमंचावर बाजूला घोटाळत आपण त्या गावचेच नाही' असा उभा राहतो.

नायिकेने 'रिसीव्हर' कानाशी धरलेला. मुद्रा कोमेजलेली.)

नायिका : हॅलो.

तरुण : (दुसऱ्या बाजूला आलेला. काल्पनिक रिसीव्हर हाती धरलेला.) हॅलो. मिस् अंजली भिडे, प्लीज.

नायिका : (चेहेरा आणि स्वर फुलू बघतो तो मख्ख ठेवीत.)मे आय नो हू इज स्पीकिंग?

तरुण : भागवत.

नायिका : कोण भागवत?

तरुण : शेखर भागवत.

नायिका : कोण शेखर भागवत? (मुद्रेवर सूड घेतल्याचा आनंद. उभ्या 'प्यून' ला पाहून तो दाबते.)

तरुण : ओ, अंजी. नो किडिंग नाऊ. कधी येतेस?

नायिका : कोण शेखर भागवत पण?

तरुण : कमॉन नाऊ... येतेस कधी सांग...

नायिका : पण मी तुम्हाला ओळखत नाही.

तरुण : इनफ ऑफ़ दॅट, बेबी. आय ॲम वेटिंग फॉर यू हिअर.

नायिका : मी कामात आहे.

तरुण : आता नीघ. टॅक्सी कर आणि ये.रूम थ्री ओ थ्री.

नायिका : ('प्यून' उर्फ सूत्रधाराच्या उपस्थितीने 'कॉन्शस' होऊन, तो दिसणार नाही अशी वळून उभी राहते. निघण्याच्या इच्छेशी मनाने भांडत) पण मी सकाळी फोन केला होता.

तरुण : डोण्ट टेल मी. मी तर तुझीच वाट बघत होतो.

नायिका : फोनवर कुणी तरी म्हणालं, कोण अंजली भिडे?

तरुण : ऑपरेटर नाहीतर रिसेप्शनिस्ट असेल.

नायिका : त्यानं नाव सांगितलं, शेखर भागवत.

तरुण : डोण्ट टेल मी! नाव मीच सांगितलं. ती तू होतीस? नो! डोण्ट टेल मी!

नायिका : (पुन्हा 'प्यून' उर्फ सूत्रधार दिसल्याने कॉन्शस् होऊन, तो दिसू नये अशी वळत आवाज उतरवून) तीनदा मी माझं नाव सांगितलं.

तरुण : बट्– आय–मला ऐकूच आलं नाही. आणखी एकदा तरी सांगायचं.

नायिका : कशाला? ('रिसीव्हर' वर हात धरून 'प्यून' उर्फ सूत्रधाराला) तू इथे काय करतो आहेस मघापासून, महादू?

तरुण : ऑफुली सॉरी, बेबी. मी झोपेमध्ये होतो. असशील तशी ये. आता जास्त वेट करायला लावू नको. नाहीतर बघ!

नायिका : (हे आवडते आहे.) नाहीतर काय? जरा एक मिनीट... ('प्यून' उर्फ सूत्रधाराला) महादू, साहेबांच्या टेबलावरच्या फायलीवर सह्या झाल्या असल्या तर जा घेऊन ये बघू.

सूत्रधार : (प्यूनप्रमाणे न हलता) सह्या नसत्याल झाल्या.

नायिका : बघून ये म्हटलं की बघून यावं.

सूत्रधार : शिध्धा 'जा' म्हणा की. हा काय चाललू. हितं कुनाला... (निघतो आणि पुन्हा 'सूत्रधार' होऊन आपल्या जागेवर येऊन बसतो.)

नायिका : (फोनमध्ये) नाहीतर काय बघू? अं? मी इथं महादूला घालवीत होते. प्यून आमचा. लुब्रा आहे मुलखाचा. पुरुषांपुढे गोगलगाय असतो. बाईनं काम सांगितलं की जाम हलायचा नाही. पण 'नाहीतर' काय? जास्त वाट पाहायला लागली तर काय?

तरुण : आय विल गो मॅड. मी मॅड होईन.

नायिका : व्हा. कसे होता कळेल तरी.

तरुण : यू क्रुएल गर्ल!

(नायिका गालात हसते.)

प्लीज, डार्लिंग, मला आता जादा वाट पाहायला लावू नको. धावत ये.

नायिका : (स्वतःच्याही नकळत) हो. (सावरत) ऑफिस सुटल्यावर येते. पण थोडा वेळ हं. (रिसीव्हर ठेवते. तशीच भारलेली उभी. छाती धपापते आहे.)

(पेटीवाला धपापणाऱ्या छातीचे सूचक स्वर पेटीवर दाबतो.)

प्रभुणे : (येऊन) काय मिस् भिडे, काय गडबड आहे?

(सूत्रधार तात्काळ पेटीवाल्याकडून पेटी ओढून घेऊन पेटीचे सूर दाबून आधीचा 'हिप्नॉटिक स्पेल' निर्माण करतो. जादूगाराप्रमाणे हातवारे करतो. चकार शब्द न बोलता प्रभुणे त्या 'स्पेल' खाली, पाठ न दाखवता आत निघून जातो.)

नायिका : (सूत्रधाराला) थँक्स!

सूत्रधार : नो मेन्शन. (पेटीवाल्याकडे पेटी सारतो.)

(नायिका मन थाऱ्यावर नसल्याप्रमाणे उभी.)

सूत्रधार : (नायिकेचे मनोगत) ऑफिस सुटलं. नायिका स्वतःशीच म्हणते आहे, जावं? कुणाला दिसणार आहे? दिसता कामा नये. उगीच अप्पांच्या कानी गेलं तर... पण तेच नाही का म्हणत, इतर पोरी बघ, बघता बघता पुरुष गटवतात. हुंडा नाही. खर्च नाही. राजा राणी राजी, लग्न लावायला सरकारी काझी, मामला खतम. मी माझं जमवलं तर त्यांना कशाला वाईट वाटेल? उलट ते खूशच होतील. की चिडतील? त्यांना न सांगता आपण काहीच केलं नाही आणि एकदम... त्यांना आधी सांगून मग... पण ते नाही म्हणाले तर? पण तेवढा वेळ कुठे आहे? तो वाट पाहात असेल... जावं? की नको? फसवलं तर? काही भलतंच निघालं तर? आपल्याला कुठे असला अनुभव आहे? पहिलीच वेळ. कुणाशी बोलावं? कोण सल्ला देईल? की जावं तसंच...??? पाच पन्नास... सहा... सहा दहा... सहा पंधरा... वीस... पंचवीस...
(पेटीवाला अनुरूप पार्श्वसंगीत पेटीवर काढतो आहे.)

नायिका : काय करावं?

सूत्रधार : जेहत्ते कालाचे ठायी नायिका अंजी सवयीने जाऊन घराकडे जाणाऱ्या बसच्या रांगेत उभी राहिली आहे.

नायिका : (बसच्या रांगेत उभी असल्यासारखी) हॉटेलात एकट्या बाईमाणसानं जायचं म्हणजे कुणास ठाऊक कसं दिसेल...

सूत्रधार : घराकडे जाणाऱ्या दोन बसेस अंजीने सोडल्या.

नायिका : कुणी पाहिलं तर उगाच... म्हणजे तसं काही नाही म्हणा, आपण काय, जाणार, बोलणार की—

सूत्रधार : घराकडे जाणाऱ्या बसची रांग सोडून हॉटेल मीलनकडे जाणाऱ्या बसच्या रांगेत आता अंजी उभी आहे. धडधडत्या छातीने... टु गो? ऑर नॉट टु गो?

नायिका : (रांग बदललेली) इथंच साडेसहा वाजले. वाट पाहून बाहेर गेला असला तर उगाच खेटा. पुन्हा अप्पा, उशीर झाला म्हणून बोलतील. बोलण्याचं काही नाही पण त्यांना मनस्तापच की नाही या वयात.

सूत्रधार : अंजी उभी. हॉटेल मीलनकडे बसमागून बस जाते आहे.

नायिका : आता राहू दे झालं. दिवस मावळला. त्यात हॉटेल. फोन करू. काहीतरी कारण सांगायचं म्हणजे झालं. उद्या जाता येईल वाटलं तर. सगळं खरंच असलं तर पाहील वाट. सोडला नाद तर समजायचं काय ते. तरी बरंच झालं. (धपापते आहे.)

सूत्रधार : (प्रेक्षकांना) अंजी पाय ओढीत, पुन्हा, घराकडे जाणाऱ्या बसच्या रांगेत

पोचली आहे. (नायिकेचे मनोगत) म्हणजे, नाही तरी बरंच झालं गेले नाही ते. उगाच त्रास. काय होईल काय नाही, कुणाला ठाऊक? बरा असला तर ठीक नाहीतर... नको ग बाई. वाचलीयत आपण उदाहरणं. बलात्कार... खून... बरं झालं, सुचलं ते. प्रवासातली ओळख आणि त्या जोरावर भेटायला बोलवायचं म्हणजे... मी जाणारीही शहाणी... बरं झालं टळलं... कुणाला नाही कळलं...

(पेटीवाला एक आवर्तन वाजवतो.)

सूत्रधार : अशा प्रकारे महाराज आमची नायिका अंजी उर्फ अंजली घरी येऊन पोचली आहे.

(नायिका दुसऱ्या बाजूला जाऊन उभी. आई येऊन 'दार' उघडते.)

आई : काय ग अंजे, उशीरसा?

अप्पा : (आतून बाहेर येत) बस मिळाली नसेल. नाहीतर ऑफिसमध्ये थांबावं लागलं असेल. तुम्ही तरी काय विचारता? दुसरं काही करण्याचं धाडस तुमच्या पोरीत आहे कुठे? बरोबरीच्यांना पोरं झाली...

आई : असू दे. माझ्या पोरीचं वळण इतरांसारखं नाही. जमेल तिचं.

अप्पा : बरी आठवण झाली, विसरतच होतो. अंजे, हे घे त्या मंगल मॅरेज ब्यूरोकडचं पत्र आलं आहे. सत्तावीस स्थळं सुचवली आहेत पण बरी एकदोनच दिसतात. बघ तूच काय ते. आम्ही कोपऱ्यावरच्या रामाला जाऊन येतो. तू तेवढं जेवणाचं बघ.

नायिका : हो अप्पा.

आई : पोरगी दमून आल्येय तर लगेच कशाला तिला...

नायिका : काही नाही आई, मी बघते सगळं. तुम्ही सावकाश या.

अप्पा : चला. आता आणखी बघताय काय?

(दोघे जातात.)

सूत्रधार : अंजीनं स्वैपाक करायला घेतला. डोक्यात विचार. तो पुन्हा घरी येईल? ... नको ग बाई. घरी नकोच. अप्पा आईना कळेल. फोनच ठीक ऑफिसात. फोन आला तर जावं. होऊन होऊन काय होईल? होईल काय?

(पेटीवाल्याने स्वप्नसदृश वातावरणाचे स्वर दाबलेले. नायिका कल्पनेत गुंगलेली.

तरुण येतो. एक हात मागे धरलेला.)

तरुण : (थिजल्याप्रमाणे पाहणाऱ्या अंजीला) अंजी बेबी... आली तू! आली. ये ना, अशी जवळ ये. तुझी वाट पाहून थकलोय मी. डार्लिंग मला जवळ घे.

तुला मिठीत घेण्यासाठी मी किती उत्सुक आहे बघ... (मोकळा एक हात पसरतो. दुसरा पाठीमागेच.)

(नायिका पाहते आहे.)

आता वाट कसली पाहते?

नायिका : दुसरा हात पसरण्याची.

तरुण : तो मला पसरता येत नाही कारण तो—जरा लचकला आहे.

नायिका : दाखवा, कुठे लचकला आहे.

तरुण : जवळ ये. जवळ ये म्हणजे दाखवतो.

नायिका : नको. लांबूनच दाखवा.

तरुण : जवळ येण्याला घाबरतेस?

नायिका : मुळीच नाही. तुम्हीच, लचकलेला हात दाखवण्याला घाबरता.

तरुण : (पोकळ हसून) तुला आणि घाबरतो? हा बघ मी तुझ्या जवळ येतो.

नायिका : नको, लांबून आधी तो हात दाखवा. नाहीतर मी....

तरुण : नाही तर काय?

नायिका : मी निघून जाईन.

तरुण : दरवाजा बंद आहे.

नायिका : मी ओरडीन.

तरुण : कुणाला ऐकू जाणार नाही.

नायिका : ठीक आहे तर मग. माझ्याहीपाशी काहीतरी आहे.

तरुण : (दचकून) काय?

नायिका : मी सांगणार नाही. जवळ याल तर दिसेल.

तरुण : ही तर भलतीच तयार निघाली. (मागे धरलेल्या हातातला चाकू हातासकट पुढे आणून) म्हटलं तुझी थट्टा करावी.

नायिका : मुकाट्यानं हात वर करा! (भाजी कापण्याची सुरी रोखलेली.)

(तरुण दोन्ही हात चाकूसकट वर धरतो.)

साळसूद सोंग घेऊन लग्नाच्या मुलींना बनवणारे बदमाष!

तुमचा मुखडा सात्विक

पण वृत्ती डँबिस.

मधुर वाणी

कसाब—करणी.

तुम्ही आहात नीच हलकट पाजी दुष्ट नष्ट बदमाष एक नंबरचे—

आणि वर 'हे'.
करते तुम्हाला पोलिसच्या हवाली
भरतील केस, होईल सजा
टाकतील तुरुंगात अगदी जन्मठेप मरेपर्यंत
लागेल पिसायला चक्की
खायला सिमेंटच्या भाकऱ्या
राहायला अंधारकोठडी
वर रतीब फटक्यांचा, सकाळ संध्याकाळ, न चुकता.
एवढ्यानं नाही भागणार.
तुमची चाल नाही बदलणार!
तुरुंगातून बाहेर येऊन तुम्ही मुलींना नादी लावणार,
फशी पाडणार, उठवणार आयुष्यातून.
म्हणून तुमचे तोडले पाहिजेत हात
फोडले पाहिजेत डोळे
छाटले पाहिजेत पाय, नाही उपाय त्याशिवाय.
तुम्ही नंबरी धोकेबाज लुच्चे लफंगे चालू चालबाज हरामी चोर चांडाळ चारसोबीस–
आणि वर 'हे'.
याने तुम्ही संपणार नाहीच.
म्हणून देण्यात येईल तुम्हाला हत्तीच्या पायी
करण्यात येईल कडेलोट
मग देऊ तोफेच्या तोंडी
टाकण्यात येईल भुकेल्या कोल्ह्याकुत्र्यांपुढे अन्न म्हणून
मुसक्या बांधून.
तरी
तुम्ही
संपणार
नाही.

तरुण : (एकदम चाकू टाकून गुडघ्यांवर कोसळून स्फुंदत) अंजे, मला क्षमा कर! कुसंगतीने तरुण वयातच मी चुकीच्या मार्गाला लावला गेलो. पण आता मला माझी चूक कळून चुकली आहे. यानंतर मी सुधारनार आहे. मला चूक कळून चुकली आहे. मला पदरात घे आनि सुधारन्याची संधी दे. एका वाट चुकलेल्या

माणसाला योग्य वाट दाखवण्याचं पुन्य घे.

नायिका : (पुढे होऊन त्याला) मी तुम्हाला क्षमा केली आहे. स्त्री ही दयाळू असते. ती अपराध्याला क्षमा करते. तुमची चूक तुम्ही कबूल केली आहे. ती सुधारण्याला आता मी तुम्हाला मदत करीन.

(बेल वाजते.

नायिका सैरावैरा.)

नायिका : अप्पा आले वाटतं. त्यांना कसं कळलं? आता काय करावं?

(अप्पा – आई येतात.

तरुण मागल्या मागे अदृश्य झाल्यासारखा निघून गेलेला.)

नायिका : (अजून बधिर) अप्पा, आई, तुम्ही कसे आलात?

अप्पा : मग काय रात्रभर रामाच्या देवळातच मुक्काम करणार आम्ही असं तुला वाटलं? दर्शन घेऊन आलो.

आई : हे काय, चुलीवर अजून काहीच नाही!

अप्पा : काय ग अंजे, जेवणाचं पाहणार होतीस ना? तुला काय सांगून गेलो आम्ही?

नायिका : (थाऱ्यावर येत) कुणी आलं होतं. नाही म्हणजे— मैत्रीण माझी– ती, खालच्या मजल्यावरची माली. हो, तीच असावी. जाता जाईना. पण आत्ता जेवण टाकते. तुम्ही जरा बसा बोलत.

अप्पा : बोलायला काय उरलंय कप्पाळ! ही रीत तुझी. अशानं लग्न होणार आहे तुझं?

नायिका : (चेहरा उतरलेला) पण अप्पा...

अप्पा : 'पण अप्पा' काय 'पण अप्पा'? आई वडिलांशी तुझं हे वागणं!

नायिका : त्यांना येऊ द्यायलाच नको होतं.

आई : ते? कोण ते? कुणाला ग येऊ द्यायला नको होतं?

नायिका : अं? मालीला. खालच्या मजल्यावरच्या ग.

अप्पा, आई : (तुच्छतेने) हं:! (आत जातात.)

(नायिका पुन्हा पूर्ववत् बसलेली. मूडी.

पेटीवाला पेटीवर स्वर काढू लागलेला.

तरुण हळूच आलेला. चेहऱ्यावर हळुवार भाव.)

तरुण : बेबी, व्हेरी सॉरी. माझ्यामुळे तुला ऐकून घ्यावं लागलं.

नायिका : सवय आहे मला त्याची. (त्याला पाहून उजळत) आणि आईवडिलांचं ऐकून घेतलं तर त्यात काय झालं? आईवडीलच की नाही ते आपले?

(तो जवळ येऊ लागतो.) हां,आधी दोन्ही हात बघू.

नायिका : (तो न कळून ते दाखवतो.) लक्षात ठेव, तुझं माझं – म्हणंजे आपलं – हे कुणालाच ठाऊक नाही. आणि कुणाला इतक्यात ठाऊक व्हायला पण नको. कुणाच्या दृष्टीला पडायचं नाही. फक्त मला दिसायचं. कबूल?

(तो मान डोलावतो.)

आणि दगाबाजी करायची नाही.

(तो मान डोलावतो. ती खुदकन हसते. तो हसतो.)

तरुण : आता येणार ना मला भेटायला? हॉटेल मीलन... थ्री ओ थ्री...

नायिका : हो. येईन. कुण्णाला न कळता येईन.

तरुण : नक्की?

नायिका : नक्की!

(तरुण जातो. अंजी कामं करत गुणगुणते आहे, 'कशी रे तुला भेटू'... पेटीवाला या गीताचे स्वर हलकेच पेटीवर वाजवू लागतो.)

नायिका : (काही वेळ या लयीत हालचाली करून पेटीवाल्याला) पेटीवाले, छान वाजवता तुम्ही. आणि अर्थ किती अनुरूप. (सूत्रधाराला) कसं सुचलं हो यांना हे?

सूत्रधार : तुम्हीच तर सुचवलंत. तुम्ही गुणगुणत होतात.

नायिका : कोण? मी गुणगुणत होते? मी? चला. मी तर कामात आहे.

सूत्रधार : शरीर कामात होतं आणि मन गुणगुणत होतं.

नायिका : बरेच आहात की. पण पाहू या मला जमतं का हं. तशी थोडी गातेसुद्धा मी. (त्याच्याकडे येऊन रंगमंचावरून पाय खाली सोडून बसते. आता पेटीवाल्याला) तुम्ही पेटीवर वाजवा... हं... वाजवा.

(पेटीवाला पेटीवर ते गीत वाजवू लागतो. नयिका ते मनापासून गुणगुणू लागते. ती सुरात नाही. प्रयत्न करून पेटीवाला शेवटी नाद सोडतो.)

नायिका : (पेटीवाल्याला) का हो? कंटाळलात?

सूत्रधार : नाही. ते गीत आहे ना, ते म्हणू लागलं की, पुरे.

नायिका : चला. गीत म्हणतंय! सरळ सांगा की मला जमत नव्हतं म्हणून.

(दोघे आपापसात गप्पा मारू लागतात.

मागे अप्पा–आई येऊन नायिकेचे आणि सूत्रधाराचे लक्ष वेधून घेण्याचा निष्फळ प्रयत्न करताहेत.

मग यात प्रभुणे सामील होतो.

सूत्रधार आणि नायिकेला यांचे भानच नाही. पेटीवाला त्यांचे लक्ष वेधण्याचे
प्रयत्न करतो पण ते निष्फळ. शेवटी प्रभुणे शिंकतो.)

सूत्रधार : (लक्ष जाऊन) काय?

प्रभुणे : (आवाज न करता ओठांनी) नाटक– नाटक–

तरुण : हूं. हूं. (हातवारे. मथितार्थ हा की, आता नायिकेचे काम आहे.)

नायिका : अय्या खरंच! (गडबडीने उठून जाऊन नाटकातली पोझिशन घेते.
खुणांनी अप्पा, आई, प्रभुणे, तरुण यांना आत जायला सुचवते.)

(अप्पा आई आत जातात.

सूत्रधार आता स्वतःच्या जागेवर गेला आहे.

नायिका आरशापुढे उभी असल्याप्रमाणे नटू लागते मनापासून. स्वतःतच
रंगलेली.

पेटीवाला साथ करतो आहे. आई मागून जाऊ लागलेली.)

आई : (लक्ष जाऊन) काय ग, आज काय विशेष?

नायिका : कुठं. काही नाही.

आई : जरा जास्तच नटते आहेस म्हणून विचारलं.

नायिका : चल; तुला उगीच भास.

(आई आत जाते.

नायिका काल्पनिक आरशासमोर पुन्हा नटू लागते.

पेटीवाला स्वरांची अनुरूप साथ करतो.

अप्पा येतात.

पेटीवाल्याची साथ थांबलेली.)

अप्पा : अंजे, काय नटीबिटी बनणार आहेस का काय?

नायिका : भलतंच काय अप्पा. कधी नव्हे ते लिपस्टिक लावलं तर...

अप्पा : त्याचा काही उपयोग होणाराय का? का नुसता खर्च?

नायिका : (मनावर न घेता) होईलसुद्धा.

अप्पा : असं? कुठं निघालीयस मैदान मारायला?

नायिका : कामावर.

अप्पा : लिपस्टिक लावून?

नायिका : हवं तर काढून टाकते. मला काय. (तसा प्रयत्न मुळीच नाही.)
स्वतःसाठी काही करूच नये की काय.

अप्पा : उद्या सिग्रेटी ओढशील! दारू पिशील!

नायिका : शी! अप्पा मला नाही ते आवडत.

अप्पा : येताना माझी तेवढी सुपारी आण. संपलीय.

नायिका : हो अप्पा.

(अप्पा पाठ खाजवत आत जातात.

नायिका स्वतःला आरशात नीट पाहून घेते आहे.)

सूत्रधार : (पेटीवाल्याला खुणावून त्याच्या आवर्तनावर) तर यानंतर आमची नायिका ऊर्फ 'कुमारी अंजी कामावर निघाली आहे. नि इतक्यात काय घडलं...

(गुणगुणत नायिका 'घरा'बाहेर पडते 'आई, अप्पा, निघाले' म्हणत. दुसरीकडे येऊन उभी राहते बसच्या रांगेत उभी राहावी तशी.उत्कंठेने बसची वाट पाहते आहे.)

सूत्रधार : काय अंजलीताई, आज कामाचं ठिकाण बदललेलं दिसतं.

नायिका : कामावर चाललंय कोण.

सूत्रधार : मग?

(नायिका गोड हसते.

पेटीवाला स्वराची दाद देतो.)

अच्छा!

नायिका : पण कुणाकडे बोलायचं नाही.

सूत्रधार : नाही.

नायिका : कुणाला सांगायचं नाही.

सूत्रधार : नाही नाही.

नायिका : माझं गुपित तुमच्यापाशीच ठेवायचं.

सूत्रधार : ठेवलं.

नायिका : ऑफिसला जाऊन सांगायचं.

सूत्रधार : काय? गुपित?

नायिका : नव्हे हो. निरोप.

सूत्रधार : अच्छा! निरोप, निरोप. कसला निरोप?

(पेटीवाल्याने पेटीवर या संभाषणातली लय पकडलेली.)

नायिका : म्हणावं माझी प्रकृती बरी नाही.

सूत्रधार : ते विचारतील, काय झालं?

नायिका : सांगा, फ्लू नाहीतर नको, मलेरिया.

सूत्रधार : की लव्हेरिया?

नायिका : (शू शू करून) नाही तर देते नोट. (पर्स चाचपू लागते. 'कागद'

काढते.)

सूत्रधार : (तिच्याकडे येऊन) सर, बीइंग इनडिस्पोज्ड...

नायिका : (खरडत) आय शाल नॉट बी एबल...

सूत्रधार : टू अटेंड ऑफिस टु डे...

नायिका : टु डे... (पेन्सिल चावीत) पुढे?

सूत्रधार : देअरफर आय शुड बी काइंडली ग्रांटेड वन डेज कॅज्युअल लीव्ह...
(लिहिलेले पाहत) एल इ ए व्ही ई लीव्ह... एल ई ए व्ही ई... ए व्ही ई...
ए...

नायिका : तेच.

सूत्रधार : नॉट एल ओ व्ही ई... इ ए व्ही ई...

नायिका : (स्वतः लिहिलेले पाहून) अय्या ! काय ग बाई डोचकं माझं!

सूत्रधार : (कीर्तनी स्वरात) प्रकरण आहे ताजं, ताजं. नोटमध्ये उतरलं. वन डेज
कॅज्युअल लव्ह... कॅज्युअल लव्ह...

नायिका : (घाईने दुरुस्ती करीत) इ ए व्ही इ. (तरी लाज ओसरलेली नाही.)
केली ना दुरुस्ती. आता नाही थट्टा करायची. बी सीरिअस. नाऊ लेट अस बी
सीरिअस. (खरडत) युअर्स फेथफुली अंजली भिडे, क्लार्क. (सूत्रधाराला देत)
घ्या.

सूत्रधार : (घेत) द्या. (सलाम करून आपल्या जागेकडे निघतो.)

अंजीने देऊन चिठ्ठी
मारली ऑफिसा बुट्टी
वाचोनी साहेब म्हणे
स्पेलिंग मिस्टेका किती..
हात तो कपाळी मारी
लीव्ह झणि सँक्शन करी
प्रभुणे समोरी उभा
ऐकोनी काळजी करी.
कशाने सिक हो झाल्या?
काल तर बऱ्या होत्या त्या.
पाहिजे गेलेच घरी
म्हणोनी हाफ डे मारी.
अंजीगृही हो प्रभुणे प्रविष्ट

बरोबरी घे मुसंबी चविष्ट
म्हणे करू चौकशी प्रकृतीची
समोर ठेवू फळे काखुटीची
जिव्हेवरी आणुनि मार्दवासी
म्हणू अंजलीला, जपा प्रकृतीसी
बऱ्या व्हा झणी अन्
या ऑफिसाते
जाऊ मिळोनी जेवावयाते.
स्वप्न हे ठेवुनी चित्ती
येरू पोचे भिडे गृही
तदा तेथे जे जे वर्ते
दावितो सकळांसही.

(पेटीवाला पेटीवर 'जय जय रघुवीर समर्थ' वाजवतो.
प्रभुणे मोसंब्यांचे पुडके घेऊन प्रवेशलेला. अंगात फॅन्सी 'मॉड' बुशशर्ट. 'दारा'ची 'बेल' दाबून उत्सुकतेने उभा. पुन्हा पुन्हा कपडे नीट नेटके करतो आहे. भांग व्यवस्थित करतो आहे. घाम टिपतो आहे. मोसंब्यांचे पुडके फुटून मोसंबी घरंगळतात. ती पटापटा उचलत असता अंजलीची आई दार उघडते.)

आई : (पाहून 'दार' लावून घेते.) नकोत नकोत, मुसंबी नकोत आज.

अप्पा : (येत) काय आहे? कोण आहे?

आई : मुसंबीवाला. नवाच दिसतो.

(प्रभुणे मुसंबी कशीबशी गोळा करून पुन्हा 'बेल' वाजवतो.)

आई : बघा. एकदा सांगून जात नाही. कोडगे असतात मेले.

अप्पा : तुम्ही थांबा. मी सांगतो त्याला. (दार उघडतात. तिरसटपणे) काय आहे?

प्रभुणे : (गडबडलेला सावरत) अं? कुठे? काही नाही.... मुसंबी... नव्हे, मुसंबी नव्हे, अंजी...

अप्पा : अंजी?

प्रभुणे : अंहं... म्हणजे अंजली. जीभ जरा वळली माझी... अशी वळते कधी कधी, वातानं... हूं...

अप्पा : कोण अंजली? इथं अंजली बिंजली कुणी राहत नाही.

प्रभुणे : ऊं? (पाटी पाहून) भिडेच – इथं मिस् अंजली भिडे राहतात ना?

अप्पा : त्याचं काय?

प्रभुणे : ही... मुसंबी... म्हणजे चौकशी... चौकशीसाठी आलो.

अप्पा : कसली चौकशी?

प्रभुणे : अंजी... अंजली... आजारी आहेत ना त्या...

अप्पा : कोण?

प्रभुणे : अहं... गैरसमज करून घेऊ नका. मी त्यांच्या ऑफिसातलाच आहे.
त्यांना पाहायला आलो. त्यांना म्हणजे... तेच... त्यांची प्रकृती... प्रकृती...

अप्पा : अंजीची प्रकृती? तिला काय झालंय?

आई : (घाबरून) कुणाला? आपल्या अंजीला? कुठे?

अप्पा : (आईला) तुम्ही जरा गप्प राहा हो. (प्रभुणेला) काय झालंय अंजी...
आपलं, अंजलीला?

प्रभुणे : तेच तर पाहायला मी आलो. मग येऊ का आत?

अप्पा : अंजली हपिसला गेली.

प्रभुणे : नाही.

अप्पा : मी सांगतो ती हपिसलाच गेली.

प्रभुणे : नाही.

अप्पा : नाही काय नाही? मी तिचा बाप सांगतो की ती हपिसला गेली आहे.

प्रभुणे : मग मी हपिसचा बाप सांगतो समजा की ती हपिसमध्ये आलेली नाही.

अप्पा : अशक्य.

प्रभुणे : एक शब्द खोटा नाही. पण तुम्ही मला तिला का भेटू देत नाही? तिचं
जास्त आहे का?

अप्पा : तुमचंच जास्त होतं आहे.

आई : काय म्हणतायृत ते? आहे काय भानगड?

अप्पा : भानगड याचीच दिसतेय न् काय. म्हणे अंजी आजारी आहे!

प्रभुणे : (मुसंबी पुढ्यात टाकून) मी एक वेळ **खोटं बोलेन** पण ही **मुसंबी खोटं**
बोलतील?

संसारी माणूस आहे
गृहस्थ आहे
दोन मुलांचा बाप आहे
नोकरदार चोख आहे
ऑफिसात वट आहे

तेरा वर्षांची सर्व्हिस आहे
कुणालाही विचारून घ्या.
ईश्वरसाक्ष खोटं बोलतो ते एक साहेबासमोर;
दुसरं घरी बायकोसमोर.
बाकी हा प्रभुणे वचनाचा सच्चा
साक्षात रामचंद्राचा बच्चा!
लाच खाईन पण खोटं बोलणार नाही
लाच न खाता तर नाहीच नाही.
माझ्यावर तुम्ही खोटं बोलल्याचा आरोप करता?
अरे मी एक वेळ खोटं बोलेन, पण ही मुसंबी?
ही खोटं बोलतील?
ऑफिसात बसलो होतो
म्हटलं तर कामात होतो
पण गाफील नव्हतो
झोपेत किंवा नशेत नव्हतो
डोळ्यांनी बघत होतो
कानांनी ऐकत होतो
या डोळ्यांनी पाहिली,
सिक—नोट आली
साहेबाच्या केबिनमध्ये गेली
वाटेत प्यूनला पकडून वाचली
धडधडीत दिसली.
अंजी नॉट वेल.
खाली सही—'असली'——— अंजलीची.
डोळे फुटले तरी अक्षर ओळखेन
डोकं तोडलं तरी खरं तेच बोलेन
अरे मी एक वेळ खोटं बोलेन, पण ही मुसंबी?
ही खोटं बोलतील?
काळजी दाटली.
हाफ् डे घेऊन मंडई गाठली.
जातीने मुसंबी घेतली.
जुना बार, चोवीस रुपये डझन.

वर मुसंब्यांचं वजन.
पदरचे बारा रुपये मोजले
येताना बेत योजले
आजारी अंजीच्या उशाशी बसेन रात्रंदिवस—
निदान सारा दिवस;
सोलून देईन मुसंबी
किंवा काढून देईन रस.
मुसंब्यांचे बारा, बसचा दीड
येण्याचे कष्ट वेगळे
मनस्ताप, अंजीच्या काळजीचा, निराळा.
वर खोटं बोलल्याचा आरोप? खोटं बोलल्याचा?
अरे मी एक वेळ खोटं बोलेन, पण ही—ही मुसंबी—
ही खोटं बोलतील? कधी तरी?

अप्पा : पण तुम्हाला, मी म्हणतो, का कळवळा?
प्रभुणे : हे तुम्ही कोण ठरवणार म्हणतो मी!
    (दोघांत हमरीतुमरी.
    पेटीवाला पेटीवर लढाऊ 'ट्यून' वाजवून उत्तेजन देतो.
    सूत्रधार मध्ये पडून सोडवतो.)
सूत्रधार : बाप हो, शांत व्हा! (पेटीवाल्याला) चूप! एक सूर वाजवशील तर पेटी
    जप्त करीन! (प्रभुणेला) तुम्ही, शांत व्हा, (प्रभुणे, अप्पा, आई यांना) हे बघा,
    हा सीन लांबला. पुढचा सीन व्हायचा आहे. तुम्ही आधी कटा बघू. चला.
    (तिघेही आंत जातात भूमिका टाकून.
    नायिका येते.)
    तुमचा सीन आहे?
    (नायिका मान डोलावते.)
    ठीक आहे तर मग. (आपल्या जागेवर जाऊन बसतो. प्रेक्षकांना) अंजली होती
    कुठं? तिचं काय झालं? ती हॉटेल मीलनवर पोचली का? तिथं काय झालं?
    ही पहा अंजी निघाली.
    (पेटीवाला इथे 'चली पिया के देस... मै सजधज के' हे किंवा असे काही
    वाजवू लागतो.
    अंजली या लयीवर नृत्यसदृश हालचाली करते.

दोघे थोडी मजा आणतात.)

सूत्रधार : तर अशा प्रकारे म्हटलंच आहे महाराज की संगीतातल्या मंडळीला... (खालच्या पट्टी) 'सा' सापडला की पोचलेच... (वरची पट्टी) 'सा' वर. (पेटीवाल्याला गप्प करतो नाकावर बोट ठेवून.) अंजी उर्फ अंजली, जी कुमारी असून एकोणतीस वर्षं—चालू बरं का—वयाची आहे, हॉटेल मीलनवर पोचली आहे.

(रंगमंचावर येऊन काउंटरवरच्या 'रिसेप्शनिस्ट' सारखा उभा राहतो.)

नायिका : (बावरलेली. 'रिसेप्शनिस्ट' ऊर्फ सूत्रधाराला) धिस ईज हॉटेल मीलन?

सूत्रधार : ('रिसेप्शनिस्ट') येस मा'म्.

नायिका : रूम नंबर थ्री.... झीरो... थ्री...

सूत्रधार : (समोरच्या खोली नंबर असलेल्या किल्ल्यांच्या काल्पनिक जुडग्यांकडे नजर टाकून) मे आय नो हूम यू वाँट मा'म?

नायिका : शेखर भागवत.

सूत्रधार : भागवत...? रूम थ्री झीरो थ्री... (वेळ घेऊन) इज व्हेकंट मा'म. तिच्यात कुणीच राहत नाही.

नायिका : शेखर... शेखर भागवत राहतात.

सूत्रधार : (रजिस्टर पाहून) एक मिस्टर भागवत राहात होते त्या खोलीत पण आज ते सकाळी गेले... ही लेफ्ट...

नायिका : लेफ्ट? कधी येतील?

सूत्रधार : लेट मी सी. (काल्पनिक रजिस्टर पाहत) चेक्ड आऊट. हे काय बिलसुद्धा चुकतं केलं. आय ॲम सॉरी मा'म. बट ही हॅज लेफ्ट. ते परत येणार नाहीत.

नायिका : (सूत्रधाराला) ही... लेफ्ट? परत येणार नाहीत ते...? (गरगरते.)

सूत्रधार : पाणी मागवू मा'म? तुम्हाला बरं वाटत नाहीसं दिसतं.

नायिका : अं? नको. परत... येणार नाहीत ते...

सूत्रधार : बसा ना तिथे. बरं वाटलं म्हणजे जा.

नायिका : (निराशेशी झगडत) काही निरोप... ठेवलाय त्यांनी? निरोप?

सूत्रधार : (ठेवलेल्या चिठ्ठीसाठी 'काउंटर' खालच्या जागेत एकदा पाहून) नो, मा'म – पण हवा तर त्यांचा ॲड्रेस आहे. त्यांचा बॉम्बेचा पत्ता. तो तुम्हाला मी देऊ शकतो. (देत) हॅव इट. हा तुम्ही ठेवलात तरी चालेल. पत्ता. इन केस यू नीड इट.

नायिका : (सुन्नपणेच तो घेत) पत्ता... पत्ता ना... हो... (गळून उभी. फार

केविलवाणी.)

सूत्रधार : तुमचं काही महत्त्वाचं काम होतं मा'म त्यांच्याकडे...?

नायिका : ऊं? नाही... हो... (घशाला कोरड. काय करावे न सुचून) बरं मी जाते. थँक्स.

सूत्रधार : जाता? बाय मा'म.

(खचलेली नायिका पाय ओढीत केविलवाणी रंगमंचाच्या पुढे येते. उभी राहते.

रंगमंचावरचा प्रकाश विझतो. नायिका उभीच.)

सूत्रधार : ('स्पॉट लाइट' मध्ये राहून प्रेक्षकांना) मंडळी, आमची नायिका अंजली प्रियकराच्या भेटीला एकदाची पोचली तर खरी पण प्रियकरच निघून गेला होता. तिच्यासाठी मागे काही न ठेवता. आमची नायिका उन्हातून त्या दिवशी वाट फुटेल तिकडे भटकली. तिन्ही सांजेच्या प्रहराला, गोरज मुहूर्ताला घरी पोचली. तिथं तिच्यासाठी काय वाढून ठेवलं होतं त्याची कल्पना प्रभुणेच्या आधीच्या सीननं दिली आहेच. त्यापुढे काय झालं? ते पंधरा मिनिटांच्या मध्यंतरानंतर आम्ही दाखवणार आहोत. (नमस्कार करून उठतो. त्याच्या जागेवरून उतरून प्रेक्षागारातून निघून जातो.)

(विझलेल्या रंगमंचावर नायिका तशीच उभी आहे.

मग ती सावकाश एकेक पाऊल टाकीत आत निघून जाते.)

[मध्यांतर]

अंक दुसरा

(सूत्रधार आणि पेटीवाला त्यांच्या विशेष जागेवर येऊन बसतात. मग रंगमंच थोडा उजळतो.
पेटीवाला पेटीच्या सुरांशी चाळा करतो आहे. काही उदास रम्य स्वरमालिका वाजवतो, स्वतःशी वाजवाव्या तशा.
सूत्रधार दाद देतो.
आता रंगमंच पुरता उजळतो.)

सूत्रधार : (प्रेक्षकांना) आपलं काय म्हणतात ते चहापाणी आणि एकंदरीने मध्यांतरात करतात ते सर्व मनपसंत झालं असेल अशी अपेक्षा करून, आजच्या या आमच्या 'चिरंजीव सौभाग्यकांक्षिणी' नामक नाटकाच्या दुसऱ्या अंकाला आम्ही आता आरंभ करतो. नाटकाची नायिका प्रियकराच्या भेटीला हॉटेल मीलनवर साज-शृंगार करून आणखीन ऑफिसला बुट्टी मारून उत्कंठित आणि किंचित् भयाकुल अशी पोचली, पण कोणताही निरोप तिच्यासाठी न ठेवता तिचा प्रियकर मुंबईला निघून गेला होता. त्याचा मुंबईचा पत्ता फक्त हाती मिळाला. नायिकेला कळेना, तो असा कसा गेला? का गेला? मुद्दाम गेला की त्याला जावं लागलं? असं कुठलं कारण घडलं की निरोपही मागे न ठेवता तो गेला? काही विपरीत तर घडलं नसेल? एरवी तो असा जाणार नाही. तिचं मन तिला अशी ग्वाही देत होतं आणि तरी इतक्या तयारीनं जावं आणि त्यानं साधा निरोपही न ठेवता चालतं झालेलं असावं. तो हॉटेलच्या रिसेप्शनिस्टचा कीव करणारा चेहरा, तो अंगावरचा निरर्थक झालेला साजशृंगार, अपमानाची ती झोंबरी कळ काही केल्या अजून शमत नव्हती. पुन्हा, घरी प्रभुणे-कृपेने उडालेला गोंधळ आणि तो सावरताना झालेला मनस्वी शीण...
(नायिका येते. गुणगुणत येते. नेहमीसारखी लगबगीत.
मुद्रा नेहमीसारखी प्रसन्न.
सूत्रधार आश्चर्याने, अविश्वासाने अवाक् पाहत राहतो.)

नायिका : (त्याच्याकडे पाहून थबकत सहास्य) काय हो, काय झालं? अं? अस
पाहताय काय?

सूत्रधार : चमत्कार.

नायिका : कसला चमत्कार?

सूत्रधार : (भान येत) अं? नाही– नमस्कार.

नायिका : कसं काय?

सूत्रधार : कुणाचं?

नायिका : अय्या तुमचं. आणखी कुणाचं?

सूत्रधार : माझं? (अजून नवलाने पाहत) हो, माझंच.

नायिका : तुम्हाला काहीतरी झालंय. काय झालंय?

सूत्रधार : आश्चर्य. (किंचित् वेळ घेऊन) ते जाऊ दे पण... तुम्ही कुठं निघाला?

नायिका : कुठं निघाले असेन सांगा. (साडीचे ओचे नीटनेटके करते.)

सूत्रधार : नाही बुवा सुचत.

नायिका : मुंबईला. मुंबईला निघालेय मी.

सूत्रधार : मुंबईला ? एकदम?

नायिका : हो. का? (थांबून) म्हणजे तशी एकदम नाही काही. मधल काही
तुम्हाला ठाऊक नाही म्हणा की.

सूत्रधार : कसं असणार? मध्यांतर होतं.

(पेटीवाला लागलीच सुरांची दाद देतो.)

नायिका : हॉटेलवर त्या दिवशी मी पोचले नि निघून गेला होता की नाही तो?
तो म्हणजे शेखर भागवत. मग मी विचार केला, आता पुढे काय? प्रथम
काही सुचेना. पुढे काय? काही नाही. मग एकदम सुचलं.

सूत्रधार : काय?

नायिका : पत्र लिहावं त्याला, खरमरीत. पत्ता होता ना. तेव्हां एक खरमरीत पत्र
लिहायचं ठरवलं.

सूत्रधार : काय लिहिलंत?

नायिका : वास्तविक पत्रसुद्धा लिहिणार नव्हते. कशाला लिहायचं? पण म्हटलं
असू दे. लिहिलं की,

तुमचा पत्ता मिळाला.
हे पत्र न लिहिण्याचंच ठरवलं होतं.
तुम्हाला पुन्हा न भेटण्याचंच ठरवलं होतं, कधीही.

तुम्ही केला आहे माझा अपमान.
बोलावता भेटायला
आणि वर थांबतसुद्धा नाही?
होता चालते बेगुमान!
ही काय पद्धत झाली?
तुम्ही कमालीचे उद्धट.
तुम्हाला सभ्यता नाही
शिष्टाचार नाही
माणुसकी नाही माणुसकी
नाही दुसऱ्याच्या भावनांची कदर
टीचभर.
कल्पना आहे काय झालं असेल माझं त्या दिवशी हॉटेलात?
थोडं तरी वाटलं काही
जाणीव झाल्यावर?
तुम्हाला मी वाटले कोण?
नसेन कुणी
पण माझा अपमान करण्याचा हक्क नाही कुणालाच.
मी रागावले आहे तुमच्यावर भयंकर.
या अपराधाला क्षमा नाही.
माफी मागू नका, उपयोग होणार नाही.
मी तुम्हाला कधीच भेटणार नाही.
भेटले तरी ओळख देणार नाही.
वागेन अशी की तुमचा माझा परिचय नव्हताच.
आपण भेटलोच नाही.
फोनवर सुद्धा नाही.
भेटू नका.
या पत्राला उत्तर पाठवू नका.
पाठवलंत तर वाचलं जाईल अशा भ्रमात राहू नका.
तुमची, अंजली.
चूक. नुसतीच अंजली.

सूत्रधार : असं लिहिलंत?

नायिका : हो, पाकिट बंद केलं. पत्ता लिहिला. (थोडा वेळ घेऊन) पण म्हटलं जाऊ दे. कुणी गाय मारली म्हणून आपण वासरू थोडंच मारावं? मी नवं पत्र लिहीलं. मी त्याला क्षमा केली.

सूत्रधार : ते पत्र पाठवलंत?

नायिका : पाठवलं.

सूत्रधार : काय लिहिलंत त्यात? क्षमा केल्याचं लिहिलंत?

नायिका : लिहिलं,

मी तुम्हाला क्षमा केली आहे.
पहिली खेप म्हणून
तुमच्यावर दया केली आहे.
आम्ही स्त्रिया जात्या क्षमाशील असतो.
आपलं मानतो त्याचे अपराध पोटात घालतो.
अर्थात् तुम्हाला मी मुळीच आपलं मानलेलं नाही.
पण पहिली खेप
हे ध्यानात घेऊन शिक्षा दिलेली नाही.
(खोडल्याचा अभिनय करून) लिहिलं आणि खोडलं. म्हटलं जाऊ दे.
कशाला उगीच. मग लिहिलं,

मुंबईत समजा आले तर भेटाल का?
पत्त्यावर पोचले तर या वेळी तरी असाल का?
का जाल पुन्हा पळून?
मुंबईला मी काही कारणाने येण्याची शक्यता आहे
कदाचित् आयत्या वेळी बेत रद्द होण्याचाही संभव आहेच.
निश्चित काही धरू नका. उगीच अवलंबून असू नका.
पण भेटणार असाल नक्की
तरच पत्ता शोधण्यात अर्थ आहे.

आणि मोठ्ठाच प्रश्न आला.

सूत्रधार : तो कसला?

नायिका : अहो कसला काय? उत्तर कुठल्या पत्त्यावर मागवायचं? घरी आलेली माझी पत्रं अप्पा फोडतात. त्यांची पद्धत आहे. त्यांना कळलं तर उगीच...

सूत्रधार : काय होणार होतं?

नायिका : होणार काहीच नव्हतं हो. पण उगाच नसते प्रश्न विचारायचे. त्यांना कधी कधी वाटतं मी अजून लहानच आहे.

सूत्रधार : मग काय केलंत?

नायिका : लिहिलं की, भेटणार असाल तर पुढीलप्रमाणे लिहा. 'चौकशी केली. स्थळ जमेल असे वाटते. येण्यास हरकत नाही. तुझी क्षमा.'

सूत्रधार : क्षमा? क्षमा कोण?

नायिका : कुठे कोण. क्षमा करण्यावरून डोक्यात आलं तेच ठेवलं, झालं. अप्पांना बाईची सही दिसली की झालं. पत्र धाडलं आणि वाट न पाहता बसले. आशेवर राहा कशाला उगाच, नाही का? एकदा अनुभव आला तेवढा पुरे. आणि उत्तर आलं.

सूत्रधार : काय?

नायिका : चौकशी केली. स्थळ जमेल असं वाटतं. येण्यास हरकत नाही. तुझीच, क्षमा.

सूत्रधार : अच्छा.

नायिका : म्हणून निघालेय.

सूत्रधार : शुभास्ते पंथानः. यशस्वी होऊन परत या – किंवा परत येऊच नका, जमलं तर.

नायिका : असं कसं? जॉब आहे. शिवाय घरी मी काय सांगितलंय?

सूत्रधार : काय?

नायिका : स्थळाच्या चौकशीला जातेय म्हणून.

सूत्रधार : नाहीतरी खोटं नाहीच. एवीतेवी तुमचं लग्नच व्हायला हवंय त्यांना आणि तुमच्यावरच सर्व सोपवलंय त्यांनी तर तुम्ही स्थळाच्या चौकशीला चाललात काय आणि—

नायिका : तुम्हाला कल्पना नाही. अप्पांची शिस्त फार कडक आहे. त्यांना एकदमच सगळं जमल्यावर मी सांगणार आहे. म्हणजे, जमलं तर. नाही, या हल्लीच्या मुलांचं काय सांगावं? त्यात हा फॉरिन रिटर्न्ड. फॉरिनला सेटल होणार म्हणतो. जरा आखडूच. पुन्हा तेवढी माहिती आपल्याला नाही. असला एखादा तरुण पोरी गटवणारा, तर काय घ्या? आपण आपलं सावध असलेलं बरं. फार स्वप्नाळू असू नये माणसानं उगीच.

फार स्वप्नाळू असू नये माणसानं उगीच

अनुभवानं सांगते मी.

स्वप्न माणसाला गुंगवतात, स्वप्नरंजनात गुंतवतात,

फसवतात.

शेवटी बसवतात रडत संपलेल्या स्वप्नांसाठी.

स्वप्नं माणसाला नेतात अशा वाटांनी

ज्यांच्या अखेरी कुठलंच गाव नसतं येत.

आणि वाटही उरलेली नसते मागे वळून पाहिलं तर.

असते फक्त एक पोकळी

पोटातली

आभाळाएवढी.

मग येते तर...

सूत्रधार : या.

(नायिका जाते.

ती जाताना पेटीवाला लय किंवा सूर देतो.)

सूत्रधार : (प्रेक्षकांना) आता मुंबईला या पोरीचं काय होणार? हिला हिची क्षमा ऊर्फ शेखर भागवत भेटणार? भेटला तर काय घडणार?

(स्टेजवर नवेच एक स्त्री–पात्र येऊन बसकण घेते.

पेटीवाला बसकणीला सुरांची 'साथ' देतो. स्वतःच खूश होतो.)

सूत्रधार : (पात्र पाहत) अहो. कोण आपण?

पात्र : (तणतणत, ठसक्यात) मी अंजीची छोटी बहीण मंजी.

सूत्रधार : अंजीची बहीण मंजी? आपलं या वेळी इथं काम...?

पात्र : याआधीच होतं. पण तुम्ही मुळी पुढलंच सगळं सुरू केलंत तर काय करणार? मेला एक तर प्रवेश. तेवढासुद्धा होऊ देत नाही म्हणजे काय आहे काय?

सूत्रधार : सॉरी. मी काही केलं? या नाटकाची नीटशी आयडिया मला नाही. तसा मी नवाच आहे. त्यामुळे झाला असावा घोटाळा. मग आता तुमचं म्हणणं काय?

पात्र : म्हणणं? माझा प्रवेश झाला पाहिजे.

सूत्रधार : पण नाटक तर पुढं गेलं आहे.

पात्र : मागं आणा. मला काय? काय हवं ते करा पण माझा प्रवेश व्हायलाच हवा. (बसतेच.)

सूत्रधार : हे पहा, पुढल्यां प्रयोगाला...

पात्र : नव्हे, याच प्रयोगाला. आत्ताच. मी मुळी आत जाणारच नाही ती. (ठाम बसून.)

सूत्रधार : (डोके खाजवीत पेटीवाल्याला) काय करू या?

पात्र : त्यांना कशाला विचारताय? मी सांगते. (विंगेत पाहत) अंजे, ये एंट्री घे. आपला प्रवेश करायचाय, चल.

नायिका : (येऊन घोटाळत) पण हे चुकतंय मला वाटतं... (सूत्रधाराला) तुम्हाला काय वाटतं?

पात्र : त्यांनाही तेच वाटतं. पण आमचं काही आहे की नाही? मेला एक तर प्रवेश.

मेला एक तर प्रवेश

तोसुद्धा होण्याची मारामार?

मुख्य पात्रांना मोकळं रान

बसलेत अडवून स्टेज छान

नायिकेची स्वगतं

नायकाची ——काय ती ——मनोगतं

दोघांच्या भेटी नि गाठी

रुसणं नि फुगणं

अमकं आणि ढमकं.

व्हिलनची कारस्थानं

संधानं

फुत्कार

चित्कार

आणि ढुंगण खाजवणं

आणि कॉमिक पात्रांचे हशे न् टाळ्या.

तब्बेतशीर, मनसोक्त.

ही मंडळी मोकाट सुटणार

यांच्या मध्ये मध्ये आम्हाला प्रवेश मिळणार

नाटक लांबलं की आम्ही गळणार

आमच्याशिवाय नाटक आटोपणार.

हा काय न्याय झाला?

आम्ही दुय्यम हा काय आमचा गुन्हा झाला?

ते काही नाही. आपला प्रवेश सुरू करायचा. तू नसलीस येणार तर मी एकटी करीन! (वाट न पाहता सूत्रधाराकडे 'बसायला' आल्याप्रमाणे) कालच आले... अग तर! मुलं कुठं ठेवणार? (कडेवरच्या नाहीतर मांडीवरच्या काल्पनिक तान्ह्याला) च्योप बैस! एक मिनिट याचा ताळा बंद कसा तो नाही. गाप् आधी! नाहीतर काय ग, जरा कुठं बसायला गेले की पसरलंच यानं भोकाड. (जरा मोठ्या दुसऱ्या पोराला मोठ्यांदा) बंड्या, टाक तो ट्रान्झिस्टर खाली! टाक! टाकतोस की नाही बघते हो... घरच्या ट्रान्झिस्टरचे लाखाचे बारा हजार केलेन कार्ट्यानं आणि आता...

सूत्रधार : (भूमिका वळवीत, एकीकडे ट्रान्झिस्टरच्या काळजीत आणि तरी समजुतीने) अग लहान मूल आहे , मंजे. चालायचंच. (प्रेमळ स्वर, काळजीग्रस्त मुद्रा) बंडू, दे बरं तो ट्रान्झिस्टर. बाळ इकडे दे. हं, दे. (काल्पनिक टान्झिस्टर एकीकडे 'बंडू'च्या हातून काढून घेण्याच्या वाढत्या जोराने प्रयत्न करीत) दे बलं तो इकले, दे बलं...

(आणि बंड्याने ट्रान्झिस्टर आपटल्याचा याच्या मुद्रेवर आविर्भाव.)

पात्र : (टिपेला आवाज) बंड्या, कार्ट्या, बघते हो तुला... (मांडीवर काल्पनिक तान्हे. उठण्याचा मुळीच प्रयत्न नाही.) जातो तिथे मेल्याची मोडतोड... मोडतोड...

सूत्रधार : (व्यथितपणे 'ट्रान्झिस्टर' उचलून घेतलेला आवंढा गिळून) पण आज इकडे कशी वाट चुकलीस, म्हणते मी.

पात्र : अग माहेरी चार दिवस विश्रांतीला यावं तर लागलंच काम मागे. काय झालं, या अंजीसाठी दोन स्थळांची चौकशी करायची होती. अप्पा म्हणाले अनायासे आली आहेस तर जा बरोबर. म्हणजे आमच्यासाठी आम्ही कुणाला त्रास दिला नाही, तर आता आमच्या पाठी हा त्रास! बहीण पडली ना. बरं स्थळं येत होती तेव्हां हिला अक्कल नव्हती. अस्साच 'पाह्यजे न् तस्साच 'पाह्यजे म्हणून अडून बसली. मला सांग हिला का रूप का रंग? पण नाही! आता जरा अक्कल आलीय पण स्थळं येतात कुठे? (मांडीवरच्या काल्पनिक तान्ह्याला) ओ... ओ... ओ... च्युक्... च्युक्... च्युक्... माझ्या छोन्या तोऽ... (वस्स् करून) गाप् होतोस का नाही? होतोस का नाही? का देऊ ठेवून? अंजे, धर बरं याला. (सूत्रधाराला) बरोबर आले तर पोरं तरी जरा संभाळील? नाव नको. एक पोर हिच्याकडे राहील तर शप्पथ. लळा लावायचीच नाही ती. त्यासाठी तरी काही लागतं ना? लग्नाचाच जर पत्ता नाही.

नायिका : ('तान्हे' हाती धरून) वाकडे समोरच राहतात.

पात्र : हो. आहे लक्षात माझ्या. (मध्येच डोळे वटारून) बंड्याऽ.. (अंजीला) नुसती चौकशीच करायची आहे ना स्थळाबद्दल? मग तू केलीस तर काय बिघडेल? त्या दुसऱ्या स्थळाकडं सांगून जायचं आहे तिथं मी येते.

नायिका : बरं. ('तान्हे' खाली ठेवून जाते.)

पात्र : (सूत्रधाराला) पाहिलंस? याला ठेवून गेली. बहिणीची मुलं अंमळ सांभाळावी लागली तर हे असं. मग स्वतःला असती तर काय केलं असतंन राम जाणे.

सूत्रधार : (पुन्हा 'सूत्रधार' झालेला) झालं का आता?

पात्र : हो.

सूत्रधार : मग फुटा.

(पात्र उठून सरळ जाऊ लागते. सूत्रधार हटकतो.)

सूत्रधार : अहो, अहो— (थोपवून परत येऊन काल्पनिक 'तान्हे' उचलून तिच्या स्वाधीन करतो) हे विसरलात! (ती 'ते' घेऊन पुन्हा जाऊ लागते. तिला पुन्हा थांबवून परत येऊन काल्पनिक 'बंड्या'ला नेऊन तिच्या स्वाधीन करून) हा बंड्या! हं, जा आता.

(ती ठसक्यात जाते 'दोघां'ना घेऊन.

पेटीवाला तिची 'चाल' पेटीवर वाजवतो.

सूत्रधार लयीच्या टाळ्या वाजवतो आहे. त्या वाजवतानाच हात झटकून त्याच्या जागेकडे परततो.)

सूत्रधार : आता मात्र मुंबई... (पेटीवाल्याला) हूं, मुंबई वाजू दे.

(पेटीवाला पेटीवर कोळी गीत सुरू करतो. त्यातून कोकणी किरिस्ताव गाणे काढतो. त्यातून गर्बा सुरू करतो. त्यातून पंजाबी भांगडा.

नायिका आतून आलेली, लयीवर चालत.

पेटीवाला वाजवू लागतो.

नायिकेचे साजेसे लयबद्ध आविर्भाव.)

सूत्रधार : (पेटीवाल्याचे वाजवणे खुणेने थांबवून) मुंबई आली.

(पेटीवाला पेटीवर माटारींचे हॉर्न वाजवतो.)

नायिका : (हाती बॅग. स्टेशनातून बाहेर आल्याप्रमाणे गोंधळलेली.) ए टॅक्सी... टॅक्सी... (लांबवर पाहत) टॅक्सी... (एका टॅक्सीमागे थोडी जाऊन ती निघून गेल्याप्रमाणे पुन्हा इकडे तिकडे पाहत) टॅक्सी!

सूत्रधार : ('टॅक्सीवाला' होऊन तिच्याकडे येत) बोलो. कहां जाना है?

नायिका : टॅक्सी है?

सूत्रधार : तो क्या दिखाई दे रहा है? गवर्नरकी कार? कहां जाना है आपको?

नायिका : ग्रँट रोड चलो. ('टॅक्सीवाला' यासरशी 'ग्रँट रोड' पुटपुटत इंटरेस्ट टाकून उभा.)

नायिका : क्या हुआ? टॅक्सी है ना? तो चलो ना?

सूत्रधार : बिरेक डाउन है.

नायिका : क्या है?

सूत्रधार : (तुच्छतेने) गाडी चलती नही.

नायिका : मग आधी 'चलो तो, कहां जाना है' कसं म्हणालास?

सूत्रधार : (त्याच नीरसपणे) दुसरी गाडी लो. जाव.

नायिका : दुसरी टॅक्सी पण कुठं नाही. जायचं कसं?

(टॅक्सीवाला तसाच मख्ख.)

(कल्पना सुचून) हम ज्यादा पैसा देंगे... चलोगे?

सूत्रधार : (एकदम हुशारून) चलो. (काल्पनिक 'टॅक्सी'कडे येऊन 'दार' उघडून) बैठो.

(टॅक्सीचे 'दार' बंद करून तोंडातली सिग्रेट फेकून 'फ्रंट सीट' वर बसतो. टॅक्सी चालवल्याचे आवाज तोंडाने काढतो.

पेटीवाला पेटीवर 'हॉर्न' देतो.)

नायिका : आता नाही वाटतं ब्रेक डाउन?

('टॅक्सीवाला' ऊर्फ सूत्रधार आवाज काढता काढताच मध्ये नापसंती दाखवतो. 'टॅक्सी' पुढे 'चालव'तो.)

सूत्रधार : ग्रँट रोड आया.

नायिका : आया? नक्की आया ना? कितना हुआ पैसा?

सूत्रधार : हुआ, पचपन रुपया.

नायिका : मीटरपर तो कम है.

सूत्रधार : मीटरपर कम ही दिखेगा.

नायिका : रेट कार्ड बघू. (तो नाइलाजाने ते शोधून देतो; ते पाहून) वा रे वा, चाळीस रुपया बीस पैसा हो गया है.

सूत्रधार : पचपन रुपया. एक पैसा कम नही.

नायिका : तुम ज्यादा बोल रहा है.

सूत्रधार : आपही बोली, जादा दोगी करके. हम तो कायदेसे मांगता है.

नायिका : चाळीस रुपये देईन.

सूत्रधार : चालीस? (कपाळावर हात मारतो.) कुछ मत देव. बस्स? मोफ्तमे लाया समझो. साला बिरेक डाउन था फिर भी ले आया. क्यों ?

नायिका : हे घे चाळीस.

सूत्रधार : एक दमडा कम नही लेंगा. पचपन्न! आता है तो पुलिस ठाने पर भी चलेंगे. हां.

नायिका : (उतरून निघते) बरं तर मग... (चालू लागलेली.)

सूत्रधार : ओ, कहां जाती है? पैसा दो हमारा.

नायिका : चाळीस रुपये हवे तर देईन.

सूत्रधार : हमको क्या भिखमंगा समझी? गिनके पचपन लेंगे... एक दमडा कम नही.

अरे हम तो है टैक्सीवाले
बम्बैय्या टैक्सीवाले
है कोई हमसे टकरानेवाले?
हम हमारी मल्लिका—ए—फियाट लेकर
रास्तेपर उतर जाते है
तो शेरदिल भी कांपकर सामनेसे हट जाते है ॥
कौन कहता है के हम धंदे के वास्ते जीते है?
अरे हम तो करते सैर, पैसा मिलभी जाता है ॥
अगर कोई चाहता है करना टैक्सी एंगेज
तो पडता है उसे आना जहां हम लेके जाते है ॥
कोई करे आर.टी.ओ. मे हमारी कम्प्लेण्ट
तो क्या होता, हमारा क्या बिगडता है ॥
हम ड्रायव्हर — ए — आझम, मालिक — ए — जहन्नुम
शाह — ए — फियाट इस शहरके
हो जाए झगडा तो खुदाभी हमसे डरता है ॥

नायिका : (निघत) बरं...

सूत्रधार : (घाईने पुढे धावून हटकून) चलो, पचास दे दो—

नायिका : एक पैसा जास्त नाही मिळणार, लेना है तो लो. चाळीस.

सूत्रधार : (या अडाणीपणापुढे हात टेकले असा आविर्भाव) अच्छा चलो, दे दो चालीस. साला हमारा धंदेका टाईम बरबाद किया खालीपिली...

(पैसे मोजून घेऊन निघतो. सूत्रधाराच्या जागेकडे येऊन बसतो. आता हा सूत्रधार.)

नायिका : (सूत्रधाराला) काय? आहे का नाही? अप्पांच्या तालमीत तयार झालेय म्हटलं!

सूत्रधार : मान लिया. (प्रेक्षकांना) आता, शेखर भागवत. ही ग्रँट रोडची नागू सयाजीची बिल्डिंग आली. थोडं शोधायला अर्थातच लागलं.

(नायिका जरा फिरून उभी. मुद्रेवर बुजलेपणा.

'तरुण' येतो. पोशाख रेशमी झब्बा, बंगाली पद्धतीचे धोतर, हाती फूल, केसाचे वळण वेगळे. नायिकेच्या बाजूने पुढे जाऊ लागतो. नायिका बघते आहे वळून.)

नायिका : शेखर! मिस्टर भागवत! मिस्टर भागवत!

('तरुण' थांबतो. त्याच्या मुद्रेवर कसलीच ओळख नाही.)

शेखर भागवत ना तुम्ही? ...नाही, मला वाटलं... सॉरी हं... गैरसमज झाला... (वळू लागते.)

तरुण : (बंगाली भाषेत) आपनाके काके चाई?

नायिका : (अजून त्याला न्याहाळीत) हो. साधारण तुमच्यासारखेच दिसतात ते...

तरुण : (बंगालीत) ओऽ, बुझे छी. शेखर बायरे गेच्छे. आम्ही त्याचे बोंधू.

नायिका : बोंधू? हां – हां– बंधू. पण मग बंगाली... कसं काय...

तरुण : अच्छा अच्छा. कलकत्त्यालाच असतो बरीच वर्षं. तिथं राहून बंगाली झालो. माफ करा. आपल्याला बंगाली येत नसता बंगाली बोललो.

नायिका : (अजून त्याला पहात) पण केवढं साम्य... (स्वतःशी) डोळे तर त्याच्यासारखे हुबेहूब...

तरुण : असं सगळेच म्हणतात. आम्हाला काहीच जाणवत नाही. चला, शेखर नसला म्हणून काय झालं? आम्ही असतो. घरी चला. (तिची बॅग उचलतो.)

नायिका : अं? नको...

तरुण : ना, ना. आपनाके आश्तेई हॉबे. गावाहून सरळ इथंच आलेल्या दिसता.

नायिका : हो... पण मी उतरेन... मैत्रीण आहे तिच्याकडे...

तरुण : ना. शेखर काय म्हणेल? त्याच्याकडे एक पाहुणी येते आणि आम्ही... त्याचे बोंधू... तिला घालवून देतो? ना ना, एटा होते पारेना. (एकदम तिचे मनगट पकडून) चला वहिनी, घरी चला.

(नायिका कासावीस. तसाच तो तिच्यासकट गोल फिरून थांबतो.

पेटीवाला पेटीवर साथ करतो.)

सूत्रधार : घर आलं.

(नायिका तरुणातल्या साम्याने अजून दिङ्मूढ, त्याच्या स्पर्शाने गोंधळलेली.)

तरुण : हे शेखरचं घर, वहिनी. आम्ही इथंच राहतो—— बाहाटा आपनारही. किछु चाईले बोलबेन. (भान आल्याप्रमाणे मराठीत) माफ करा. सारखं कलकत्त्यात आहे असंच वाटतं. पण शेखर नसला म्हणून अनमान करू नका. घरच्यासारख्या, वाटेल तेवढ्या राहा. शेखर उद्या नाही तर परवाकडे येईलच.

नायिका : उद्या नाही तर... परवा? नाही, मला राहता यायचं नाही... जायला हवं.

तरुण : नाही नाही. जाण्याचं नाव काढू नका. तुमच्या घरी तुम्ही आहात समजा. शेखर बेटा भाग्यवान!

नायिका : (जरा शरमत) वाटलं तर... परत उद्या येईन मी.

तरुण : आम्ही जाऊन येतो दोन मिनिटांत. निघालोच होतो तर तुम्ही भेटलात. एख्खुनी आस्ची. आपनी बोशून. आमी आस्ची. (नायिका तो गेला तिकडे पाहत हरवून मूढ उभी.)

सूत्रधार : (प्रेक्षकांना) नायिका चांगलीच घोटाळ्यात पडलेली दिसते. (नायिकेला) काय हो, अंजलीताई... अहो अंजलीताई. काहीतरी पेच पडलेला दिसतो.

नायिका : नाही.. काही नाही... पण किती साम्य!

सूत्रधार : असतात भाऊ भाऊ एकेकदा एकसारखे.

नायिका : हो ना.

सूत्रधार : अजून घोटाळा दूर झालेला दिसत नाही तुमचा.

नायिका : झाला. पण स्पर्शसुद्धा...?

सूत्रधार : कसल्या तरी पेचात वाटताय तुम्ही.

नायिका : कुठं.

सूत्रधार : इथं रात्री राहावं लागणार म्हणून का?

नायिका : (चमकून) अं? हो—अप्पा... अप्पा काय म्हणतील?

सूत्रधार : तुमच्या कल्पनेतले अप्पा?

नायिका : खरे अप्पा.

सूत्रधार : त्यांना कुठं कळणार आहे?

नायिका : पण.. ते असते तर... राहू दिलं नसतं त्यांनी.

सूत्रधार : तुम्हाला काय करावंसं वाटतं? राहावंसं वाटतं की इथून निघावंसं?

नायिका : दोन्ही.

सूत्रधार : पंचाईत आहे. आपण ओली सुकी करू या? (खिशातून नाणे काढून पुढे होत तिला नाणे दाखवून) छाप, काटा. छाप, तुम्ही राहणार. काटा, तुम्ही जाणार. ठीक आहे? उडवू? उडवलं. (पडून घरंगळलेले नाणे पाहून) ठरलं. तुम्ही जाणार.

नायिका : हूं. (उभीच.)

सूत्रधार : काय हो. निघता ना? निघा.

नायिका : हो ना. पण इथं घराकडे पाहायला कोण आहे?

सूत्रधार : आम्ही पाहू! काय हो पेटीवाले?

(पेटीवाला पेटीवर 'हूं' म्हणतो.)

(नायिकेला) चला तुम्ही. हं? चला...

नायिका : (विचार करून) कुणीतरी आल्यावर त्याला सांगूनच निघेन. चोरासारखं पळायचं कशाला? उगीच घरातलं काही गेलं बिलं तर माझ्यावर यायचं.

सूत्रधार : तुम्ही या घराची भलतीच काळजी करू लागलात बुवा!

नायिका : कुणाचं झालं तरी ते घरच की नाही?

कुणाचं झालं तरी घरच की नाही?
आपण पाहुणे येतो
दोन दिवस राहून जातो.
घराचं तोंडदेखलं कौतुक करतो.
त्यात वावरतो
त्याला वापरतो.
त्याच्या अंगाखांद्यावर असतो.
त्याच्या उबेला झोपतो.
त्यात शी, सू वगैरे करतो.
एक दिवस घरातल्या माणसांचा निरोप घेतो
निघून जातो.
घर अबोल; पण ते उदास होतं.
घर माणसांत वाढतं.
त्यात माणसं राहतात.
माणसांच्या सुखदुःखांचं ते अखंड साक्षी असतं.

सुखदुःख करण्याची सवय त्यालाही लागत असेल.

म्हणून घर भरतं

घर ओकं बोकं होतं

घर खुलतं

त्याला घरं पडतात.

ते हलतं देखील––निमित्तानं.

उद्ध्वस्त तर होतंच.

घर आपलं

किंवा दुसऱ्याचं

पण घर माणसांचं, माणसांसाठी.

घर छाया

घर निवारा

घर ऊब

घर पाखर.

घर आश्वासन.

घर शाश्वती.

पण घर बे–घर–

माणूसपण नसेल तर.

म्हणून घरात माणूस असावं.

माणसात माया असावी.

घरात सांजेला वात तेवावी.

स्नेहाची.

सूत्रधार : म्हणजे तुम्ही राहणार.

नायिका : (घाईने) नाही, तो येईपर्यंतच.

सूत्रधार : तो म्हणजे कोण?

नायिका : तोच––भाऊ––शेखरचा.

सूत्रधार : अच्छा! तो म्हणजे भाऊ शेखरचा. बोंधू...

(तिचा पुन्हा घोटाळलेला चेहरा.)

राहा तर मग. (आपल्या जागी येऊन बसतो.) जेहत्ते कालाचे ठायी, मंडळी, शेखर आणि शेखरचा भाऊ अशा दोन्ही भूमिका एकच नट करीत आहे हे आपल्या लक्षात आलेलंच आहे. पण हे, काही आयत्या वेळच्या अडचणीमुळे

केलं असेल, की आपलं अभिनय–कौशल्य दाखविण्यासाठी हा नट 'डबल रोल' म्हणजे दोन्ही भूमिका करतो आहे, तें कळण्याला या क्षणी तरी मार्ग नाही. कदाचित् या दोन्ही भूमिका एकच माणूस जगतो —— याला 'स्किझोफ्रेनिया' नामक मानसिक आजार म्हणतात —— अशी नाटककाराची कल्पनासुद्धा असू शकेल. एवढं खरं की नायिकेप्रमाणे आपल्यालाही या प्रकारानं तूर्त जरा घोटाळ्यात पाडलं आहे खरं. पुढे तर जाऊ.

(मागे नायिका काल्पनिक घर आवरताना दिसते आहे. पेटीवाला पेटीवर अनुरूप स्वर काढतो आहे. पेटीवाल्याची सम नायिकेच्या हालचालीवर अभावितपणे पडते तेव्हां दोघे एकमेकांकडे पाहून स्मित करतात आणि पुन्हा आपआपली कामे करीत राहतात.

तरुण येतो. बंगालीच वेश.

नायिका पाठमोरी, कामात, तरुण पाहत राहतो.)

तरुण : बाह, आरे बौदी, शेखरदादार बाडीटा तो आपनी खूब शाजिये दिये छेन.

(नायिका वळून पाहते आहे.)

तरुण : शेखर आला म्हणजे त्याला सांगायलाच हवं. निवड अचूक आहे बेट्याची.

(नायिका लाजलेली, पण मर्यादित.)

आता चहा करा झक्क. आणि काही खायला.

नायिका : (अभावितपणे) हो.

तरुण : आम्ही तोवर वाचेन म्हणतो. रवीबाबूंच्या साहित्याचा विशेष अभ्यास करतो. रवीबाबू... प्रोसिद्धो लेखोक. (वाचण्यासाठी पुस्तक घेऊन पसरून बसतो. वाचण्याचा बहाणा करतो. पण नायिकेकडे पाहतो आहे कायम.)

(नायिका चहा–फराळाच्या कामात.

पेटीवाल्याची मंद साथ.

नायिकेचे तरुणाकडे लक्ष नाही. मध्येच लक्ष जाते.

दृष्टादृष्ट.)

नायिका : (दचकून) अं?

तरुण : किछुना. (पुन्हा वाचण्याचा बहाणा.)

(नायिका कामात, पण आता सेल्फ कॉन्शस.

पेटीवाल्याची पेटीवर मंद साथ.

नायिका चहा आणि खाण्याचे 'तरुणा'पुढे आणून ठेवते. पुन्हा दृष्टादृष्ट. नायिका खाली पाहते. वळून दूर जाते.)

तरुण : (वाचत) वहिनी, तू पण ये ना... खायला.

नायिका : (तिकडे न बघता) नको.

तरुण : निदान चहा तर घेशील आमच्याबरोबर?

नायिका : अंहं.

तरुण : ते काही नाही. तू घेतलाच पाहिजेस. .

नायिका : मला भूक नाही.

तरुण : चहा घ्यायला काय भूक लागावी लागते?

नायिका : घेईन मग.

तरुण : (उठत) आमच्यातला थोडा तरी तुला घ्यायलाच हवा. चल. (तिच्याकडे जाऊन तिचा हात धरू बघतो.)

(नायिका तेवढी लांब होते.)

का? आमची तुला भीती वाटते? शेखरदादाला कळलं तर तो हसेल; माहिती आहे? आमी तो ओर छोटो भाय. आम्हाला त्याने कडेखांद्यावर खेळवलंय. आमाके लोज्जा पाबेन ना. आमी तो आपनार दॅवोर. तुझ्या कुशीत येण्याचासुद्धा हक्क आम्हाला आहे. (आपल्या जागेवर येऊन बसतो.)

(नायिकेचा सुटकेचा सुस्कारा.)

आधी तू घेतल्याशिवाय यातलं काहीच आम्ही घेणार नाही.

नायिका : (विरघळत) असं काय ते लहान मुलासारखं...

तरुण : हॅ, आमी तो छोटो शिशु –तोमार शिशु. किंतु खूब होठी.

नायिका : (येऊन बसत) घ्या आता. चला. (खाण्यातले उगीच थोडे तोंडात टाकते.) झालं? घ्या.

तरुण : (चहाचा घोट घेतला आहे.) चहा पण घे. घे. (कप पुढे करून) हं, घे. घे ना.

नायिका : (संकोचलेली) घेते नंतर. आधी तुम्ही घ्या. (गडबडीने खाण्यातले उगीच थोडे आणखी तोंडात टाकत) हे पाहा, आणखी खाल्लं मी. घ्या आता तुम्ही.

(तरुण मख्ख.)

तरुण : आपनी चा ना नीले, आमीओ नेबो ना.

नायिका : (अस्वस्थ. अवघडलेली.) असं काय ते. उष्टा चहा घेणं मला आवडत नाही.

तरुण : (रागाने) तर मग हा पितो. (सगळा चहा घोटात पिऊन जोराने कप खाली ठेवतो.)

(पेटीवाला तरुणाच कप आदळणे पेटीच्या स्वराने 'ॲक्सेंच्युएट' करून पुढे

रवींद्र–संगीताची मंद गत वाजवतो आहे. तरुण नायिकेकडे न पाहता बसतो.)

सूत्रधार : (प्रेक्षकांना) बघता बघता संध्याकाळ झाली. रात्र पडू लागली. शेखरचा भाऊ 'हा' आलो म्हणून पुन्हा गेला तो आला नव्हता.
(तरुण गेलेला. एकटी नायिका अंग आक्रसून बसलेली.)

सूत्रधार : (नायिकेचे मनोगत) जावं का? गेलेलं बरं... कुणाला कळलं तर..? अप्पांच्या कानी गेलं तर...? नको ते. अप्पा काय करीत असतील? अप्पा... आई...
(नायिका सैरभैरपणे उठून काही शोधू लागते.
पेटीवाला पेटीवर साथ करतो.)

सूत्रधार : (नायिकेचे मनोगत) कुलूप किल्ली पण कुठं दिसत नाही.. नुसतीच कडी लावून गेलं तर...? एक चिठ्ठी ठेवावी. 'वाट पाहून जात आहे.' नाही तरी पुन्हा तेच. पत्र पाठवून हा आपला गायब. पण आपण गेलो आणि कुणी घरात शिरलं... आपल्यावर आळ येऊ शकेल... पुन्हा रात्र झालेली.
(मागे तरुण येतो. बंगालीच वेश.)

तरुण : बौदी...
(नायिका विलक्षण धसकून मागे वळून पाहते.
पेटीवाला पेटीतून तिची मन:स्थिती व्यक्त करतो.)
मीच. शेखरचा बोंधू. आमार खाबार चांईना. आमी खे एशेंची. अजून शेखर नाही ना आला? असाच वाट बघायला लावतो तो. तो कधी पण येईल. किंवा उद्यासुद्धा. तू जेवली नसशीलच. चल, जेव बघू.

नायिका : नको.

तरुण : (पुढे होऊन तिचा हात धरून) ते काही नाही, जेवायलाच हवंस तू.

नायिका : (गडबडीने मागे होत असहायपणे) अं? नको....जेवते मी... जेवते... तुम्ही तसे तिकडे बसा...
(पेटीवाला पेटीवर तिचे भय व्यक्त करतो.)

तरुण : (तिने दाखवल्या जागी बसत) बसतो बाबा, बसतो. झालं आता?

सूत्रधार : (प्रेक्षकांना) आमची नायिका जेवली, तो बसून होता. आग्रह करीत होता. उगाच आणखी गुंतागुंत नको म्हणून त्याचं सगळं तिनं ऐकलं. आता अधिकच रात्र झाली.

तरुण : रवीबाबूंच्या कवितेत निसर्ग साधा निसर्ग नाही, तर वहिनी, तो जिवलग मित्र आहे. विराट आदिम शक्ती.. (रवींद्रनाथांच्या कवितांची बंगाली कडवी

भारल्या स्वरात आणि लयीत म्हणत सुटतो. नायिका मंत्रमुग्ध होऊन पाहते आहे. होता होता आवाज फेड आऊड होतो. तरुणाचे भारले म्हणणे फक्त दिसत राहते.

दृश्य पुढे चालू राहते.

पेटीवाला पेटीतून नायिकेची मनःस्थिती व्यक्त करतो आहे.)

सूत्रधार : (प्रेक्षकांना) नायिका स्वतःला विचारते आहे, ही मीच आहे का? तू तूच आहेस का? हे सगळं अद्भुत आहे. मला हे पेलत नाही आहे, वाटतंय, आनंदाच्या या महापुरात मी गुदमरते आहे. हे सगळं संपू नये... संपू नये...

(पेटीची साथ एकदम थांबते. सूत्रधार बोलण्याचा थांबलेला.)

तरुण : (जांभई देऊन) छे, रात्रीच्या मेलची पण वेळ उलटली. आता शेखर सकाळीच येईल, वहिनी. झोपू या.

(ती एकदम अवघडते. अंग चोरून घेते.)

बिछाना घाल वहिनी. रोज आम्ही घालतो. आज तू घाल.

(ती अवघडलेली.)

(जांभई देऊन) चोलो, घुमोय, आमार भीषोण घूम पाच्छे. तू इथं झोप, आम्ही त्या तिथं.

(नायिका गप्प.)

शेखर आणि आम्ही असेच झोपतो. कधी तर एका बिछान्यात. लहानपणीची सवय. (झोपण्याच्या जागी 'बिछान्या'त जाऊन बसतो.)

(नायिका तिच्या जागी बसून.)

हे काय वहिनी? तुझा बिछाना?

नायिका : (अवघडलेली) असू दे.

तरुण : ना, ना... आगे आपनी घुमोन. (उठतो, तिच्या दिशेने जाण्यासाठी.)

नायिका : (उठत मागे होत) नको. नको. मी झोपेन... झोपेन मी. बाहेर... बाहेर झोपते मी... बाहेर.

तरुण : अच्छा! तू बाईमाणूस. तू... बाहेर झोपणार? आलं लक्षात. आम्ही आणि तू... एका खोलीत...? छी, छी, छी. बौदी, आपनार मोने एशॉब एलोकी कोरे. आमी तो आपनार शिशु. आमी बायरे शोबो, आपनी घॉरे शुन. आपनी दॉरजाटा भेतोर थके बोंदो कोरेनीन. बास, ठीक आच्छे तो? (उठून 'गॅलरीत' जाऊन बिछान्यात पडावा तसा लोळून जांभई देतो. झोपतो.)

(नायिका 'खोलीत' बसलेली. 'गॅलरीत' झोपलेल्या तरुणाकडे बघते आहे. ती कसल्या तरी द्वंद्वात सापडलेली.

पेटीवाल्याचे अनुरूप सूर.

मग ती भारल्यासारखीच उठते. ओढल्यासारखी 'गॅलरी'कडे निघते. थांबते. मध्येच छाती धडधडते आहे. परत फिरते. पण राहवत नाही. 'दारा'पाशी पोचते. भारल्यासारखी त्याच्याकडे पाहत राहते.

पेटीवाला पेटीवर अनुरूप सुरावट वाजवतो आहे.)

सूत्रधार : (प्रेक्षकांना) नायिका म्हणते आहे की झोपल्यावर तर दिट्टो शेखरच वाटतो आहे. शेखर... आणि वर निरागस. अगदी मुलासारखा. वाटतं की... वाटतं...

(नायिकेचा हात झोपल्या तरुणाच्या चेहऱ्याच्या दिशेने थोडा पुढे होतो. थबकतो. हात मागे घेते.)

सूत्रधार : (नायिकेचे मनोगत) नको. नको. नकोच ते. भलतंच. आपला काय संबंध? हा शेखरचा भाऊ आणि शेखर आपल्याला...

(पुन्हा नायिका झोपलेल्या चेहऱ्याच्या 'स्पेल'खाली जाऊ लागते.)

सूत्रधार : (नायिकेचे मनोगत) एकदाच लावला हात तर... ... ... अगदी हलकेच कुरवाळले केस तर... जास्त नाही, एकदाच... (आवरत) वेड! जागा झाला तर? काय होईल? त्यापेक्षा.... नकोच...

(नायिका हलकेच उठते. झोपल्या तरुणापासून खेचून घ्यावे तशी मागे होते. तोंड फिरवून 'खोली'त पोचते.

पेटीची साथ चालूच आहे.)

सूत्रधार : (प्रेक्षकांना) अंजीला मोह टाळणं फार कठीण गेलं. शेखर नाही तर... हा त्याचा भाऊ... का... का नाही याला सांगून जायचं? हा तर शेखरपेक्षा चांगला... दिलदार... खेळकर... शेखरचा हुच्चेपणा याच्यात नाही. शेखरला काही आपण शब्द दिलेला नाही. त्याचं आपलं काहीच ठरलेलं नाही. आपण आज इथं येणार हेसुद्धा त्याला ठाऊक नाही. शिवाय आपल्याला हॉटेलवर बोलावून त्या दिवशी तो चालता झाला. निरोपसुद्धा न ठेवता. इतकीच का त्याला आपली काळजी? आपण थोडेच त्याच्याशी बांधलेले आहोत? आणि त्यातून हा तर त्याचा भाऊच... का नाही? का?

(नायिका पेटीवाल्याच्या सुरावटीवर आणि सूत्रधाराच्या शब्दांवर नृत्यदृश्य भाव-दाखवते आहे. शेवटी ती 'मूडी' बसते. पेटीवाला पेटीवर अनुरूप गत वाजवतो आहे. आता तो भैरवीचे आर्त स्वर वाजवू लागतो, हलकेच.)

सूत्रधार : (प्रेक्षकांना) सकाळ झाली. अंजीने पहाटे बेत केला, काही होवो, मागणी घालायची. 'सांगून जायचं.' त्यात काय चोरी? नाही म्हणाला तर

म्हणू दे. इतक्यांनी म्हटलं त्यात हा आणखी एक. पण विचारलं असं तरी
होईल? नंतर उगीच रुखरुख नको. ठरलं.
(नायिका उठून पेटीच्या चटपटीत लयीवर नृत्यसदृश मुलायमपणे कामे करू
लागलेली. तरुण झोपून उठतो.
नायिका त्याच्यापुढे चहा नेऊन ठेवते.)

तरुण : (चहा पाहून) ओ, थँक यू. (साहेबी उच्चार.)
(नायिका एकदम चमकून पाहते.
पेटीवाल्याने पेटीवर हा क्षण काढलेला.)
(शेखरच्या शैलीत) व्हॉट हॅपण्ड? इट्स सो नाइस टु गेट युअर टी इन बेड. हूं
हूं. घे ना, तू पन घे.
(नायिका विश्वास न बसून पाहते आहे.)
'स्टेट्स'मध्ये फार सवय झाली होती. बेड् टी. (सुखाचा उसासा टाकून चहा
तयार करून घेऊ लागतो.)
(आता तो 'शेखर' वाटतो आहे. कपडे रात्रीचेच. केस विस्कटलेले.
पेटीवाल्याने एव्हांना एक इंग्लिश ट्यून पकडलेला. तो मंदपणे वाजवतो आहे.
'तरुणा'ने उठून पाइप शोधून घेतलेला. शांतपणे शिलगावतो.)

तरुण : (नायिकेला) बेबी, व्हेअर्स युअर कप?
(नायिका अजूनही स्तिमित पाहते आहे.)
आय से, व्हेअर्स युअर कप? (जोराने) तुझा कप कुठे आहे?

नायिका : (यातल्या जोराने एकदम गडबडून) अं? कप... (उठून जाते. 'कप'
घेऊन येते. ठेवते. ठेवताना हात थरथरतो आहे. नजर पुन्हा 'शेखर'च्या
मुद्रेवर.
तो स्वतःचा चहा शांतपणे ढवळतो आहे. आता तिचा चहा तो तिने
आणलेल्या कपात तयार करू लागतो.
पेटीवाला स्वरांनी नायिकेची मनःस्थिती दाखवू लागतो.)

सूत्रधार : (नायिकेचे मनोगत) नायिका म्हणते, हा तर शेखर. की शेखरची
नक्कल हा त्याचा भाऊ करतोय? की आपल्यालाच काहीतरी भास होतोय?
कपडे तर रात्रीचेच. पण मग या कपड्यात... शेखर? तो तर गावी गेला
होता. मग आला कधी? आणि त्याचा भाऊ? तो कुठे आहे? छे, भास होतोय
आपल्याला. बनवायला बघतोय शेखरचा भाऊ. चावट. पण...
(नायिका हे बदल दाखवते आहे चेह्न्यावर.
पेटीवाला स्वरांनी ते अधोरेखित करतो आहे.

'शेखर' तोंडात पाइप ठेवून तिचा चहा तिला देतो.)

तरुण : हिअर. टेक इट.

(ती चहाचा कप घेते. दोघे पिऊ लागतात. पण तिचे सर्व लक्ष त्याच्याकडे.
'शेखर'ने आता त्याचा सोनेरी फ्रेमचा चष्माही चढवला आहे.
तिच्या हातचा चहा सांडतो.
'शेखर' यावर तिच्याकडे एक तीव्र दृष्टिक्षेप टाकतो. ती अपराधी होते.
चहा पिताना 'शेखर' पुन:पुन्हा तिला पाहतो आहे. ती वाढती नर्व्हस. एकदम उठून कप घेऊन जाऊ लागते.)

तरुण : वेट.

(ती थांबते.)

तरुण : लुक हिअर.

(ती वळून पाहण्याचा प्रयत्न करते.)
तुला काय झालं आहे?
(ती खाली पाहत उभी.
पेटीवाला स्वरांनी तिची मन:स्थिती दर्शवतो आहे.)

सूत्रधार : (नायिकेचे मनोगत) मला काय झालं आहे? आधी सांग, तुला काय झालं आहे? हा तू कसला खेळ मांडला आहेस? आणि तो कुठं आहे? की तो तूच आहेस?

(तो तिच्याजवळ जातो. तिची हनुवटी उचलून तिला न्याहाळू लागतो. ती अंग आक्रसून घेऊन उभी. अंगाला किंचित् कंप.)

तरुण : बेबी, बेबी...

सूत्रधार : (नायिकेचे मनोगत) मला हे आवडत नाही आहे. ह्यापेक्षा बंगालीत काय म्हणतात ते म्हण ना... काल तुझा भाऊ... की तू? म्हणत होतास ते नीटसं कळत नव्हतं; पण कानाला फार गोड लागत होतं. कुठं गेला तो तुझा बंगाली भाऊ? पण तुझे कपडे तर तेच आहेत....

तरुण : (नायिकेला) आय ॲम सो ग्लॅड, तू आली. मी नव्हतो तर राह्यली. आय ॲम सो ग्लॅड.

सूत्रधार : (नायिकेचे मनोगत) आय ॲम नॉट ग्लॅड. पण... म्हणजे.. तसा तू वाईट नाहीस. पण फार कोरडा आहेस बघ. त्याचा दिलखुलासपणा तुझ्यात नाही. त्याचं ते भारल्या सुरात बंगाली कविता म्हणणं... की तूच तो? काय खरं? तुझ्यातला तू खरा की तो खरा?

(पेटीवाला स्वरांनी ही खळबळ दर्शवतो आहे.)

नायिका : (अनावरपणे) एक--विचारू?

(पेटीवाला पेटी वाजवण्याचा थांबलेला.)

तरुण : हूं हूं. गो ऑन.

नायिका : (प्रयत्नपूर्वक) तो... तुझा... तुमचा भाऊ.. तो कुठं आहे?

तरुण : (क्षणभर एकदम स्तब्ध. मग) ओह्, भाऊ. यू मीन गौतम. आहे ना. (नवलाने) का? तुला कसा आठवला तो?

नायिका : असाच. काल तोच होता.

तरुण : याह, ओह् याह. मी विसरत होतो. सो यू मेट हिम्, अं? गुड!

नायिका : इथंच झोपला रात्री... गॅलरीत...

तरुण : हूं हूं. आलं ध्यानात. तो गेला. ही इज लाइक दॅट. लहर आली की येतो. लहर आली की जातो.

नायिका : पण... कपडे?

तरुण : कपडे. (स्वतःकडे पाहून) आय सी युवर पॉइंट. हें त्याचे कपडे माझ्या अंगावर... राइट्? वेल, मी त्याचे कपडे कैकदा वापरतो, तो माझे. इट्स ॲन ओल्ड हॅबिट.

(नायिका हरवल्यासारखी पाहते आहे.

तरुण सिग्रेट काढून शिलगावतो. तिची अवस्था न्याहाळत राहतो.)

सूत्रधार : (नायिकेचे मनोगत) अप्पा हवे होते.... अप्पा काय करीत असतील? अप्पांना कळलं असतं. आपल्याला काहीच कळत नाही आहे. डोकं कसं मठ्ठ होऊन गेलंय. आपण स्वप्नात तर नाही?

(पेटीवाला स्वरात हे व्यक्त करतो आहे.)

नायिका : (तरुणाला) माझं... पत्र मिळालं?

तरुण : ओ, ऑफ कोर्स. आय रिप्लाइड इट. उत्तर टाकलं होतं. तुला मिळालं नाही?

नायिका : मिळालं.

सूत्रधार : (नायिकेचे मनोगत) पण मग तू माझी वाट का पाहत नव्हतास? भावाला ठेवून तू का गेलास? त्यानं सगळा घोटाळा झाला. ठाऊक आहे?

तरुण : जर्नी कसा झाला तुझा? प्रवास?

नायिका : चांगला झाला.

तरुण : घर बरोबर सापडलं?

नायिका : हो, सापडलं. जरासं शोधावं लागलं. तो – खालीच भेटला.

तरुण : कोण? गौतम? कसा वाटला तो तुला? गौतम?

नायिका : अं? चांगला वाटला.

तरुण : ही इज नाइस, नो? याह्, ही इज. फक्त जरासा घोटाळा आहे. तेवढाच वाईट आहे.

नायिका : घोटाळा? कसला?

तरुण : ओह्... यू डोण्ट नो... (रहस्यमय चेहरा.)

नायिका : कसला घोटाळा? (अस्वस्थ.)

तरुण : नथिंग. आपण आज काय बरं करू या...? (मनाशी ठरवत असल्यासारखा.)

नायिका : (अनावरपणे) पण घोटाळा कसला?

तरुण : आय से इट्स नथिंग. व्हेन आय सेड इट्स नथिंग, इट्स नथिंग. अंडरस्टँड? आणि असलं तर तुला त्याच्यापाशी काय करायचंय? (एकदम बदलून) एकदा त्यानं एक मांजरच मारलं. असंच होतं. खूपदा त्याच्या मांडीवर बसायचं. इट वॉज सॉर्ट ऑफ फाँड ऑफ हिम. ते मांडीवर बसन्याला गेलं. द फेलो किल्ड इट. गळा मुरगळला. जस्ट लाइक दॅट. आय मीन, फॉर नो ऱ्हाइम ऑर रीझन. नंतर त्याला काहीच आठवत नव्हतं...

नायिका : (धक्का बसावा तशी) नाही नाही.

तरुण : अ नाइस इरानी कॅट इट वॉज... नॉट वन ऑफ दोज देसी कॅट्स्. (पुन्हा मनाशी ठरवत) आज काय प्रोग्राम प्लॅन करू या.. लेट मी सी...

(नायिका फार अस्वस्थ.
पेटीवाला पेटीच्या सुरांशी खेळतो आहे.)

नायिका : (घाईने सूत्रधाराकडे येऊन) तुम्हाला काय वाटतं? अं? खोटं असणार... तो असा कसा असेल हो?

(सूत्रधार 'कल्पना नाही' अशा अर्थी खांदे उडवतो.)

तरुण : देअर वुई आर. जेवायला बाहेर जायचं. वुई टेक अवर लंच अॅट सम नाइस होटेल. क़मॉन. यू बी रेडी सून. कपडे करून तू तयार हो.

(नायिका उभी.)

आय से, तयार हो.

(नायिका तिच्या बॅगेमधून कपडे काढते. घोटाळते. तिला आडोसा हवा आहे.)

तयार हो, वाट कसली बघते? आय से-- (ओरडणार तेवढ्यात थांबतो.) ओह्, कपडे बदलायला लाज वाटते. हूं हूं. यू पूअर इंडियन गर्ल्स. जा, तिकडे बाथरूममधी जाऊन कपडे बदलून ये.

(नायिका घाईने तिकडे आत जाते.)
दीज इंडियन गर्ल्स... व्हेरी बॅकवर्ड...

सूत्रधार : फारच!

(तरुण सूत्रधाराकडे वाकून पाहून तुच्छतादर्शक मुद्रा करतो.
सूत्रधार एक 'गरीब' नमस्कार करतो.
तरुणाला काही करायचे आहे, पण सूत्रधाराच्या उपस्थितीने तो अवघडतो आहे असे दिसते.)

सूत्रधार : (हे हेरून) करा ना काय करायचं ते. मी नाहीच असं समजा. नाहीतरी मी नाटकाच्या गोष्टीत कुठं आहे? मी आहे इथं, बाहेर. हं. चालू द्या.

(तरुण आता सूत्रधाराकडे डोळेझाक करून काल्पनिक कपाटातले कपडे काढतो. ते नाटकाच्या घाईने चढवतो. आधीचे कपडे कपाटात भरतो. चष्मा, पाइप खिशात ठेवतो.
आणि नायिका कपडे बदलून बाहेर येते.)

तरुण : बाह, बेश्तो. खूब भालो, खूप भालो.

(नायिका स्तंभित पाहत उभी.)
तोमाय देख्खे मोने होलो, जॅनो भोरेर बॅला शोमूर्त होए आमार शामने !
(नायिका क्रमशः भयभीत होऊ लागलेली. तरुण बंगालीत कवितेच्या पंक्ती आवेगांनी म्हणू लागतो. त्यात वेडसरपणाची झाक. म्हणता म्हणता तिच्या दिशेने सरकू लागतो. ती मागे होण्याचा प्रयत्न करीत भिंतीशी. तो कवितेचे चरण म्हणत तिला लगटून तिची हनुवटी वर उचलत असताना तिची किंचाळी.
काळोख.
काही सेकंद स्तब्धता. आणि मग हळूहळू उजेड येतो.
ती एका आरामखुर्चीत पडून. बाजूला तरुण, बंगाली नसलेल्या पोशाखात. डोळ्यांना सोनेरी फ्रेमचा चष्मा. तोंडात पाईप. नायिका डोळे उघडते. त्याच्याकडे पाहते. पाहत राहते बधिरपणे.)

नायिका : (क्षीण स्वर) तो... तो...

तरुण : कोण तो?

नायिका : (तरुणाकडे पाहते आहे. पुन्हा कसल्या तरी संशयाने पछाडली जाते.) तुम्ही...

तरुण : याह, मी—मी तुझ्यापाशीच बसून आहे. बेबी, आय वॉज रिअली वरीड यू नो.

नायिका : गौतम?

तरुण : गौतम? ओह्... माय ब्रदर. अजून आला नाही. का? विचारतेस् का?

नायिका : पण... मी त्याला... पाहिला...

तरुण : पाहिला? नो, नो. यू काण्ट. तो इथं आलाच नाही तर...

नायिका : तो आलाच नाही?

तरुण : नाही.

नायिका : नक्की?

तरुण : माझ्यावर विश्वास नाही तुझा? डोण्च्यू बिलीव्ह मी? यू बिलीव्ह मी इजण्ट इट?

नायिका : पण मी त्याला पाहिला... नक्की पाहिला.. त्यानं माझा... माझ्या अगदी जवळ आला तो. मी किंचाळले...

तरुण : (तिला थोपटत) भास असणार. हॅल्युसिनेशन. तो इथं आलाच नाही.
(नायिका ग्लानीने डोळे मिटून घेते.)
शाल आय सिंग यू अ साँग, बेबी? मी एक गाणं म्हणतो म्हणजे तुला झोप लागेल...
(एक इंग्रजी गाणे गुणगुणू लागतो. त्यात तल्लीन होतो. डोळे मिटलेले.)

नायिका : (त्याला तसे पाहून हळूच उठते. सूत्रधाराकडे येते. तोही त्या इंग्रजी गाण्यात रंगलेला.) तुम्ही सांगा, हे सगळं काय आहे?
(सूत्रधार डोळे उघडून बघतो.)
मला भास झाला?... की.. की खरंच...

सूत्रधार : मी सांगू?

नायिका : सांगा. खरं खरं सांगा... लौकर. माझी शप्पथ आहे.

सूत्रधार : सुटली म्हणा. अहो मी यात नवखा. मला कशाला उगीच...

नायिका : सांगा. सांगा ना.

सूत्रधार : (मनाची तयारी करून) ऐका तर मग. पण हा माझा तर्क आहे बरं का. नाटककाराच्या मनात वेगळंच असू शकेल.

नायिका : असू दे. सांगा लौकर.

सूत्रधार : छे, फट् म्हणता नाटक बदललं तर... पण मला वाटतं की हा (दर्शवून) माणूस भानगडीचा आहे. याचं लक्षण ठीक नाही. याचा भाऊ दुसरा तिसरा कुणी नसून हा स्वतःच आहे.

नायिका : माझ्या मनात तेच येत होतं. थँक्यू. (परत आरामखुर्चीत जाऊन पूर्वीसारखी बसते. डोळे मिटते.)

(तरुण डोळे मिटून गातोच आहे.)

तरुण : (गाणे थांबवून) डिड यू लाइक इट बेबी? डिड यू? कसं वाटतं तुला? बरं वाटतं?

नायिका : (मिटल्या डोळ्यांनी) हो, आता चांगलं वाटतं. (डोळे उघडून त्याच्याकडे बघते.) चला, जेवायला जायचं ना?

तरुण : ओह्... याह, कमॉन. हिअर वुई गो. (हात पुढे धरतो. नायिका एक क्षण थांबून तो हात धरते.)

(दोघे बाहेर निघून जातात.
पेटीवाला पेटीवर अनुरूप सूर काढतो.)

सूत्रधार : (प्रेक्षकांना) तर नायिका अंजली, शेखर भागवतबरोबर लंचला म्हणजे दुपारच्या जेवणाला हॉटेलात गेली आहे.

(प्रभुणे वेटरची टोपी घातलेला. एक गोल टेबल आणून मांडतो. खुर्च्या ठेवतो. पलीकडे आदबीने उभा राहतो.
पेटीवाला फिल्मी गाणे वाजवू लागतो, वातावरण–निर्मितीसाठी.)

सूत्रधार : मंडळी, हा वेटर आपल्याला प्रभुणे वाटेल पण तो प्रभुणे नसून वेटरच आहे. कंपनीत नट मोजके असल्याने ते असे दोन किंवा कधी तीनसुद्धा भूमिकेत वापरावे लागतात. इकॉनॉमी मेझर ऊर्फ काटकसर.

(नायिका आणि तरुण येतात आणि 'हॉटेला'तल्या टेबलाशी बसतात.
वेटरची टोपी घालून प्रभुणे पलीकडे उभा.
सूत्रधार जाऊन पलीकडे दुसऱ्या वेटरसारखा उभा राहतो.)

तरुण : हाऊ डू यू लाईक द फूड, बेबी? जेवन आवडलं तुला?

नायिका : हो. फार. असं कधी खाल्लंच नव्हतं मी.

तरुण : गुड! हॅव समथिंग मोअर. जास्त काय मागवू?

नायिका : आईस्क्रीम.

तरुण : बेअरा –

(प्रभुणे येऊन सलाम करतो.)

आइस्क्रीम कोणतं आहे?

(प्रभुणे वेटरप्रमाणे 'मेनू' देतो.)

तरुण : (नायिकेला) तुला कोणतं आवडेल, डिअर? (तिच्या हातावर हलकेच हात ठेवतो.)

नायिका : (याचा अर्थ कळत असल्याप्रमाणे आपला हात हलकेच बाजूला घेऊन) टू इन वन.

तरुण : व्हॉटस् दॅट?

नायिका : नव्हे. थ्री इन वन.

तरुण : ओह्, आय सी. (प्रभुणेला) थ्री इन वन प्लीज.

   (प्रभुणे आत जातो.)

   (तिला कुरवाळीत) यू आर लुकिंग टू क्यूट. फारच सुंदर.

नायिका : (हलकेच उठत) मी आलेच. (प्रभुणे गेला त्याच्या दुसऱ्या बाजूने आत
जाते.)

   (तरुण बसलेला.)

सूत्रधार : (प्रेक्षकांना) टू इन वन. एकात दोन.

   (प्रभुणे वेटरप्रमाणे येऊन आईस्क्रीम 'सर्व्ह' करतो. जातो.

   नायिका परत येण्यास वेळ घेते. तरुण अस्वस्थ झालेला. एकदा उठतो
जागचा. परत बसतो.

   दुसऱ्या बाजूने नायिका येते. टेबलाशी बसते.

   पेटीवाला पेटीवर यावर स्वरांची निर्मिती करतोच आहे.)

तरुण : तुझं आइस्क्रीम आलं आहे डिअर.

नायिका : थँक यू

   (आइस्क्रीम रुची घेऊन खाण्याचे 'माईम' करते.

   तरुण पाहतो आहे.

   मध्येच नायिका आइस्क्रीम थोडे साडीवर सांडते. ते बोटाने निपटून तोंडात
घालते. बोट चोखते. पुन्हा आइस्क्रीम खाते.

   तरुण हे नाराजीने पाहतो आहे.)

तरुण : नो नो, दीज आर बॅड मॅनर्स. डोण्ट डू दॅट. टेक आऊट द फिंगर. ओ. के.
सांडलं तर सांडू दे, डोण्ट मेस अप एव्हरीथिंग.

नायिका : ओ, आय ॲम सॉरी. (आता आइस्क्रीम त्याच्या कपड्यांवर सांडते.)

तरुण : नो! (उठत) व्हॉट द हेल... (वैतागलेला.)

   (नायिका त्याचे कपडे साफ करण्याच्या निमित्ताने त्यांवरचे आइस्क्रीम
सारवते. मग त्यावर पाणी लावते.

   प्रभुणे वेटर पलीकडे येऊन हे पाहत उभा.

   पलीकडे सूत्रधार, दुसऱ्या वेटरच्या भूमिकेत.)

तरुण : (प्रभुणेला) व्हाट द हेल आर यू वॉचिंग? पाणी आणून स्वच्छ कर हे,
यू इडियट.

(प्रभुणे गडबडीने आत जाऊन एक मोठा टॉवेल, एक टिनपॉट, साबण वगैरे घेऊन येतो.

सूत्रधारही थोडी धावपळ करतो.

तरुणापाशी वाकून, 'ऑपरेशन सफाई' करण्याच्या तयारीने दोघे उभे.)

तरुण : (त्याच्यावर ओरडत) गेट लॉस्ट यू फूल्स... यू ब्लडी.. अवे, आय से!

नायिका : (तरुणाला) दीज आर बॅड मॅनर्स.

(तरुण स्फोट होण्याच्या घाईला आल्यासारखा तिच्याकडे बघतो. स्वतःला आवरतो.)

तरुण : (प्रभुणेला) द बिल!

(प्रभुणे कसाबसा बिल देतो.)

(भयंकर मुद्रेनेच बिल पाहून नोट काढून देत) हीअर... टेक इट अ‍ॅण्ड गेट मी द चेंज, क्विक्!

(प्रभुणे नोट, टिनपॉट, टॉवेल, साबण घेऊन आत धावलेला.

पेटीवाला प्रभुणेच्या अ‍ॅक्शन्सनाही सूर देतो आहे.)

नायिका : (तरुणाचा अवतार पाहत) यू आर लुकिंग टू ब्यूटिफुल डिअर.

तरुण : (दात् ओठ खात पुटपुटतो) ओह्, डॅम...!

नायिका : आर यू ऑल राइट डिअर? कसं वाटतं आता? बरं वाटतं?

(तरुण सहन न होऊन उभा राहतो.

प्रभुणे उरलेले पैसे घेऊन आलेला. डिशमध्ये पैसे ठेवून डिश तरुणापुढे धरतो.)

तरुण : (रागानेच) कीप इट!

(प्रभुणे गप्कन ते पैसे पकडून खिशात टाकतो. सलाम करून उभा.)

तरुण : (वैतागलेल्या स्वरात नायिकेला) कमॉन. वुई गो.

(सलाम करून उभ्या असलेल्या वेटर प्रभुणे आणि वेटर सूत्रधारासमोरून दोघे निघतात.

पेटीवाला 'मार्च पास्ट' वाजवतो.)

सूत्रधार : (प्रेक्षकांना) अशा प्रकारे नाटकात रंग तर भरू लागला आहे. नाटककारामुळे का माझ्यामुळे? कोण जाणे...

(प्रभुणे टेबल – खुर्च्यांसकट आत गेलेला.

तरुण आणि नायिका इथे प्रेक्षकांकडे पाठ करून स्तब्ध उभी.

दोघे वळून काही पावले टाकतात.)

तरुण : लेट अस गेट होम. आपन घरी जाऊ या.

नायिका : आपण सिनेमा बघू या.

तरुण : सिनेमा? गावात एकसुद्धा सिनेमा नाही. सगळे रॉटन आहेत.

नायिका : मला चालेल. आपण एक रॉटन सिनेमा बघू या.

तरुण : त्यापेक्षा आपण घरी...

नायिका : नाही. सिनेमा... (लाडिक, हट्टी चेहरा.)

तरुण : ओ. के. ओ. के. सिनेमा.

सूत्रधार : (प्रेक्षकांना) सि – ने – मा.

(तरुण आणि नायिका 'प्रेक्षागृहा'तल्या 'काळोखात' रिकाम्या खुर्च्यात येऊन शेजारी शेजारी बसतात. प्रेक्षकांना सामोरे.

तरुण आणि आपण यामध्ये नायिका पर्स धरते, स्वरक्षणासाठी धरल्याप्रमाणे.)

सूत्रधार : (प्रेक्षकांना) एक झकास रॉटन हिंदी सिनेमा.

(अप्पा फिल्मी व्हिलनच्या अवतारात आणि नायिकेची आई फिल्मी हिरॉइनच्या अवतारात रंगमंचावर येतात.)

सूत्रधार : (प्रेक्षकांमधली हलचल हेरून) इकॉनॉमी मेझर उर्फ काटकसर. मी मघाशीच म्हटलं. तर हे नायिकेचे मातापिता नसून या वेळी 'अठ्ठे पे नेहला'. ऊर्फ 'कानून मुर्दाबांद' चित्रपटात अमजदखान आणि हेमा मालिनी समजायचे.

(अप्पा, नायिकेचे वडील – व्हिलन – हिरॉइनवर म्हणजे नायिकेच्या आईवर बलात्कार करू लागतात.

हिरो प्रकट होतो. हा प्रभुणे. हिरोच्यां अवतारात.

हिरो आणि व्हिलन यांत एक फिल्मी फाइट.

पेटीवाला पेटीवर जोरजाराने घातावरण निर्मिती करतो आहे.

शेवटी व्हिलनचे पारिपत्य. हिरो – हिरॉइन मीलन. दोघांचे द्वंद्वगीत.

हे चालू असता 'मेलेला' व्हिलन उठून आत जातो.

हे सर्व 'अपस्टेजला', जरा मागेच, लेव्हलवर. पुढे प्रेक्षकांकडे तोंड आणि या दृश्याकडे पाठ करून नायिका आणि तरुण हा 'सिनेमा' समोर प्रेक्षकागारात पडद्यावर पहात आहेत अशी कल्पना. दोन्ही दृश्यांवर स्पॉटस्.

हा 'चित्रपट' चालू असताना खुर्चीतला तरुण शेजारच्या नायिकेशी लगट करण्याचे प्रयत्न करतो आहे. नायिका त्याला कशीबशी रोखते आहे. मग ती जागची उठतेच. तोही उठतो म्हणून ती बसते. फिल्मी दृश्य आणि या दोघांवर दोन स्पॉट्स. बाकी अंधार.

सिनेमा संपून थिएटरात 'उजाडते.'

दोघे उठतात. 'प्रेक्षागृहा' बाहेर येतात.)

तरुण : नाऊ बेबी, वुई गो होम.

नायिका : (घाईने) नको. इतक्यात नको.

तरुण : आय हेट दीज क्राउडस्. घरी बरं. जस्ट द टू ऑफ अस्... (हातावर हात चोळतो.)

नायिका : आणि गौतम.

तरुण : तो नसनार.

नायिका : पण येईल.

तरुण : नो. तो येणार नाही.

नायिका : तूच म्हणत होतास, कधी पण येतो, कधी पण जातो. ही इज लाइक दॅट.

तरुण : ओह्, कमॉन. आज तो येणार नाही.

नायिका : इतकी खात्री कशी?

तरुण : कशी म्हणजे मी त्याचा भाऊ आहे. मला कळनार नाही तर कुनाला कळनार?

नायिका : (एकदम) आपण -- आपण चौपाटीवर जाऊ या का? चौपाटीवर जाऊ या. मला समुद्र पाहायचाय--

तरुण : (संयम करीत) वुई गो होम.

नायिका : संध्याकाळचा समुद्र म्हणे फार सुंदर असतो.

तरुण : मग-मग केव्हां तरी. आता आपन घरी जातो.

नायिका : (डेस्परेट होत) तू जा. मी समुद्रावर जाते.

(तो झटक्याने तिला बघतो. मुद्रा उग्र.)

(जरा वचकून) काय झालं? मला समुद्रावर जायचंय ना पण.

तरुण : नो. (बेत बदलून) ओ. के. ओ. के. वुई गो.

(दोघे गोल फिरून 'समुद्रावर' येतात.

पेटीवाला पेटीतून 'समुद्र' उभा करतो.)

सूत्रधार : (प्रेक्षकांना) समुद्र.

(नायिका समुद्र पाहत उभी. मुद्रेवर वाढता ताण. तरुण उग्र, कंटाळल्या चेहऱ्याने उभा.)

तरुण : ओ. के.? झाला बघून समुद्र? आता घरी....

नायिका : (एकदम कुठे तरी पाहून) तो-तो बघ... तो... तो... (हाक मारल्याप्रमाणे) गौतम... गौ-तम--

तरुण : (तिला खस्दिशी पकडून) व्हॉट नॉनसेन्स! कुणाला हाक मारतेस?

नायिका : गौतमला. तो तिकडे बघ. त्या गर्दीआड... तो पुढे निघाला...
(मोठ्यांदा) गौ–तम–
(प्रभुणे येतो मुंबईकर गुजरात्याच्या वेशात. अप्पा–आई–मंजी अशाच
चित्रविचित्र वेशात जमतात.
हे चौपाटीवरचे बघ्ये. सूत्रधार यात जाऊन मिसळतो.
सगळे वेगवेगळ्या भाषेत चौकशा करतात.)

नायिका : (कुठे तरी लांब पाहत हाकारतेच आहे) गौ–तम——

तरुण : शट्प्! आर यू मॅड? गौतम गौतम काय करते?

नायिका : (तिकडेच पाहत) गौतमला बोलावते.

तरुण : रबिश्! गौतम नव्हे तो.

नायिका : (त्याचा हात पकडून) चल आपण त्याला गाठू या... चल–

तरुण : तो गौतम नाही.

नायिका : तुला काय माहीत?
(तरुण उत्तर देऊ जातो पण ते देण्याऐवजी नुसताच दातओठ खातो.)

नायिका : (निघत) मी त्याला गाठते. गौतमला.

तरुण : (तिला खस्दिशी पकडून) कशाला पन?

नायिका : त्याला मला विचारायचंय... मांजर मारण्याबद्दल... (दंड सोडवून) तूं
थांब, मी आले.

तरुण : (तिचे मनगट पकडून गुरगुरत) कुठं जायचं नाही. आपण घरी जातो.

नायिका : बघ–तो बघ... लांब.... त्या माणसांआड... (मोठ्यांदा) गौ–त–म...
(तिकडे निघते.)
(तरुण तिला पुन्हा खस्सदिशी धरतो.)

सूत्रधार : (तरुणाला, पारश्याच्या बोलीत) कायला नाय ज्याते? ज्याव नी...
बायडी बोलते तर ज्याव नी...

तरुण : (नायिकेचा हात करकचून दाबून) गौतम नाही तो, शट् युअर ब्लडी
माऊथ–यू–

नायिका : मी पाहिला. गौतमच होता तो.

तरुण : तो गौतम नाही.

नायिका : तो गौतमच होता.

तरुण : हाऊ कॅन ही बी गौतम, डॅम इट्?

नायिका : व्हाय नॉट पण?

तरुण : तो... तो... वेल, एनी वे, असला तरी पन आता गेला आहे,
त्याला आता शोधता येनार नाही.

नायिका : अजून येईल. चल तर खरा. मी सापडवून देते.

तरुण : आय से, इनफ ऑफ इट!

नायिका : तो गौतम कशावरून नव्हता पण?

सूत्रधार : (पारशी बोलीत) हा, कशावरसून?

तरुण : बिकॉज आय नो माय ब्रदर. माझ्या भावाला मी ओळखतो.

नायिका ; तो समुद्रावर आला असेल.

सूत्रधार : (पारशी बोलीत) येल तर. साला समंदरावर कायसून नाय येल?

तरुण : तो कधींच येणार नाही. बेबी, कमॉन, वुई गो... (तिला खेचू लागतो.)

नायिका : (विरोध करीत) मला.. मला नारळपाणी प्यायचंय...

सूत्रधार : (तरुणाला, पारशी बोलीत) पिलव नी, साला बायडी सांगटे तर
नारिएलपानी पिलव नी...

तरुण : (विटून सूत्रधाराला) यू गेट लॉस्ट!

सूत्रधार : कायसून? साला समंदर काय तुझ्या फादरचा हाय काय? फादरचा
हाय?

तरुण : (डोळे गरगरवीत नायिकेच्या हाती 'नारळ पाणी' देत) नारळ पाणी!
(घाबरलेली नायिका कशीबशी तरुणाने हाती ठेवलेले नारळपाणी कागदी
नळीने पिऊ लागते.)

प्रभुणे : छी छी छी, बायडीला काय वागवते हे घाटी लोक!

अप्पा : (मद्रासी उच्चारात) आय टेल यू, देअर इज समथिंग फिशी इन घिस
हिअर.

आई : हा. हमकूभी कुछ कालाबेरा लगताय.

मंजी : (तरुणाला मर्दानी सुरात, पान चघळीत) ए भाय, ही औरत कोन तुझी?
आ?

तरुण : माय वाइफ. बायको आहे.

नायिका : खोटं.

तरुण : (एकीकडे तिला मागे खेचीत) शी इज नॉट ऑन हर सेन्सेस. डोक्यावर
परिनाम झाला आहे हिच्या.

नायिका : नाही, माझं डोकं ठीक आहे.

तरुण : अॅटॅक येतात हिला.

नायिका : मला काहीसुद्धा झालेलं नाही, खरंच नाही.

(तरुण तिचा हात मागल्या मागे पिरगाळतो. नायिका ओरडते.)

तरुण : ॲटॅक आला म्हणजे असंच करते. शी इज अंडर ट्रीटमेंट.

(सगळे सहानुभूतीने त्याच्याकडे पाहू लागतात.)

नायिका : हा खोटं बोलतोय. मी अगदी नीट आहे. मला यानं फसवलंय. नीच. हलकट.

(कुणावर परिणाम नाही.)

आई : (अंजीला) क्या करना. दोनो का आपसका मामला है, चलो, जाने दो.

(सगळे जातात.)

नायिका : (जाणाऱ्यांना) जाऊ नका– याच्या तावडीतून मला सोडवा... हा फार दुष्ट माणूस आहे–

(सर्व गेलेले.

तरुण नायिकेला धरून खेचत नेतो.

तो तिला नेत असता सूत्रधार खिशातून पोलिसाची टोपी काढून ती डोक्यावर ठेवून रंगमंचावर जातो आणि तिसरीकडे पाहत उभा राहतो.)

नायिका : (खेचली जात असता) अहो हवालदार... मला सोडवा... याला अटक करा...

(हवालदाराच्या टोपीतला सूत्रधार जणू हे घडत नसल्यासारखा उभा. तरुण आणि नायिका आत जाताच तो टोपी शांतपणे काढून खिशात ठेवतो. पगडी डोक्यावर चढवतो.)

सूत्रधार : (प्रेक्षकांना) अशा प्रकारे आजच्या या नाटकाची नायिका अंजी उपाख्य अंजली, शेखर नावाच्या खऱ्या व्हिलनच्या हाती सापडून त्याच्या राहत्या जागेवर सांप्रत पोचली आहे. आणि प्रसंग एकंदरीने फार कठीण ओढवला आहे. प्रसंग कठीण ओढवला आहे, नायिकेच्या मदतीला नाटककाराशिवाय कोणी आता जाऊ शकत नाही. सूत्रधार तर बिचारा कळसूत्री बाहुलाच. तात्पर्य : नाटकाचा क्लायमॅक्स ऊर्फ उत्कर्ष–बिंदू का काय तो आता येऊन ठेपला आहे. (पेटीवाल्याला खुणावतो.)

(पेटीवाला वातावरण–निर्मिती करतो.

तरुण आणि त्याच्या पकडीत सापडलेली नायिका आतून येऊन 'घरी' पोचतात. नायिकेला जमिनीवर भिरकावून तरुण 'दार' लावून घेतो.

रंगमंचावरचा प्रकाश बदलून भयसूचक लाल प्रकाश येतो.

पेटीवाला मनापासून वातावरण – निर्मिती करतो आहे.

तरुण आता पिसाट वाटतो. तो बायबलमधले उतारे वेडसरपणे म्हणू लागतो.

मग बंगाली कवितांची कडवी घडघडा म्हणू लागतो. त्यानंतर पुन्हा बायबल. मग बंगाली कविता. मग दोन्ही एकमेकांत मिसळून म्हटली जाऊ लागतात. नायिका गर्भगळीत होऊन त्याचे हे अवतार पाहते आहे.

तरुण आता नायिकेच्या दिशेने पुढे पुढे सरकू लागतो. नायिका आणखी आणखी गर्भगळीत. तरुण तिच्या अगदी पुढ्यात येतो. गुडघे टेकून बसतो. बायबल घडघडा म्हणतो आहे. मग नायिकेच्या दिशेने त्याचे पसरलेले पंजे पुढे होतात.

तिचा गळा दोन्ही पंजात धरून तरुण आता बंगाली कविता झपाटल्यासारखा म्हणतो आहे.

अंधार.

नायिकेची किंचाळी.

उजेड.

रंगमंचावर कोणी नाही. सूत्रधार आणि पेटीवाला त्यांच्या जागी.

सूत्रधार पलीकडे असलेल्या तांब्यातले पाणी पितो आहे.)

सूत्रधार : (पाणी पिऊन पेटीवाल्याला) वाजवा. पाहाताय काय?

(पेटीवाला हाताने विचारतो, काय वाजवू?)

सूत्रधार : काहीही. तुमच्या आमच्या वाजवण्याने नाहीतरी काय होतं?

(पेटीवाला हाताला येईल ते पेटीवर वाजवतो. नायिका आतून येते. हाती पर्स, छत्री. दुसऱ्या विंगकडे जाऊ लागते.)

सूत्रधार : (संकोचल्यासारखा होऊन) नमस्कार.

नायिका : (यांत्रिक स्वरात) नमस्कार.

सूत्रधार : ओळखलं नाही वाटतं? मी सूत्रधार – नावाचाच.

(नायिका काही म्हणत नाही. पुतळ्यासारखी उभी.)

सूत्रधार : कुठे, ऑफिसला चाललात?

(पेटीवाला एक चमत्कारिक सूर काढतो.)

सूत्रधार : (वैतागत) पेटीवाले...

(पेटीवाला घाईने पेटीवरचा हात मागे घेतो.)

नायिका : निघते. उशीर होईल.

सूत्रधार : थांबा की. विचारण्यानं त्रास होणार असेल तर राहू द्या. पण पुढे काय झालं?

नायिका : पुढे? कशाच्या पुढे?

सूत्रधार : त्यानं तुम्हाला घरी आणलं... त्यापुढे?

(नायिका स्तब्ध.)

सूत्रधार : तुम्ही तिथून कशा सुटलात? असं वाटलं होतं की तो नराधम तुमचा
खूनच करणार! किंवा... अगदी... बलात्कारसुद्धा...

नायिका : आता त्याचं काय?

सूत्रधार : तसं नव्हे. प्रेक्षकांना उत्सुकता असणारच.

नायिका : म्हणजे प्रेक्षकांचं समाधान तुम्हाला व्हायला हवं आहे. ठीक आहे. मला
कराटे येत होतं. आमच्या ऑफिसतर्फे त्याचे वर्ग एकदा झाले होते.
(कराटेतले वेगवेगळे आवाज आणि आविर्भाव करत)

मी केला प्रतिकार. लढले निकराने.

झाला शीण फार.

पण निसटले तावडीतून

आणि आले सुटून.

मी शौर्य गाजवलं.

पुरुषांना लाजवलं.

स्त्रियांना दिला आदर्श घालून

शील—रक्षण कसं करावं याचा.

मी

दाखवून दिलं उदाहरणानं

की अबला होऊ शकते सबला

मनावर घेतलं तर.

मी दाखवला मार्ग बलात्कारातून वाचण्याचा

बलात्काऱ्याला धडा शिकवण्याचा

म्हणून माझा होणार सत्कार

भव्य

आणि देणार मला वीरांगना अमूक तमूक ॲवॉर्ड

समारंभानं

तुम्ही या तिथं, टाळ्या पिटायला.

(सूत्रधाराचा विश्वास न वाटणारा चेहरा.)

नायिका : काय झालं? तुम्हाला खरं वाटत नाही?

सूत्रधार : कुणालाच खरं पटणार नाही.

नायिका : का? का खरं वाटणार नाही? अशा नसतात स्त्रिया? नाटक–चित्रपटातून दिसतात त्या काय खोट्या? बलात्काऱ्यांना अद्दल घडवणाऱ्या, त्यांची लिंगं छाटणाऱ्या.

सूत्रधार : ते स्वप्नरंजन.

(नायिका निघते.)

सूत्रधार : खरं काय झालं ते सांगा की. थोडक्यात सांगा हवं तर.

नायिका : ते तुम्हाला खोटं वाटलं तर?

सूत्रधार : खरं खोटं कसं वाटेल?

नायिका : माझ्यावर त्यानं बलात्कार केला. आधी ठार भ्यायले होते. मग उशीरा लक्षात आलं की खूप शांत वाटतंय.

सूत्रधार : काय??? खोटं!

नायिका : म्हणाले नाही? म्हणून नव्हते सांगत.

सूत्रधार : नाही, पुढे सांगा.

नायिका : आयुष्याच्या एकोणतीस वर्षांतला त्या प्रकारचा तो माझा पहिलाच अनुभव. मरणाच्या वेदना देणारा नि तरी अपूर्वाईचा वाटणारा. नकोसा आणि तरी संपू नये असा. कळण्याआत तो संपला होता. माझ्यावर एकदा थुंकून, कपडे चढवून तो निघून गेला, जणू गावचाच नसावा तसा. कुणास ठाऊक किती वेळ तशी पडून होते. मग केव्हां तरी उठले. कशीबशी निघाले. घरी पोचले. अप्पांच्या घरी. येताना त्यांच्यासाठी मी काहीच आणलं नाही म्हणून ते वैतागले. आईने बॅगची चौकशी केली. हरवली म्हटल्यावर तीही वैतागली. म्हणाली, साधी बॅग सांभाळता येत नाही कार्टे आणि नवऱ्याचं घर कसं सांभाळणार आहेस? मी हसायला लागले. कुठल्या नवऱ्याचं घर? आणि कोण सांभाळणार आहे? मी हसले तशी ती आणखी चिडली. निर्लज्ज कुठली, तुझ्याशी बोलण्यात अर्थ नाही म्हणाली. मी माझं सगळं आवरलं. ऑफिसला निघाले. जाऊ आता मी? झालं तुमच्या प्रेक्षकांचं समाधान? विचारा त्यांना.

सूत्रधार : (अपराधी स्वरात) सॉरी.

नायिका : (जोराने) कशाबद्दल सॉरी? जपावा असा एकुलता एक अनुभव माझ्या गाठी जमला याचं तुम्हाला दुःख होतं, दुःख? एरवी कदाचित् — ते सुख — मला कधीच भेटलं नसतं. माझं मला ते मिळवताच आलं नसतं. मीच ते माझ्या बापाच्या भयानं नाकारीत राहिले असते. एक क्षण तरी का होईना, मी ते जगले. दुःख याचंच होतं की तो निसटता क्षणही मला नीट जगता आला नाही. येता येता तो येऊन संपलासुद्धा. का होईना, तो आला तर होता. एकदा

तरी तो आला तर होता!

तो क्षण
एकदा तरी आला तर होता.
आता पुन्हा न आला तरी
तक्रार नाही,
तक्रार नाही.
कुणाच्या आयुष्यात तो वाजत गाजत वरातीने येतो.
कुणाच्या आयुष्यात येतो अल्लद, चोरपावलांनी.
कुणाला लख्ख प्रकाशात राजरोस भेटत असेल.
कुणाला मिळत असेल अंधारात उष्ण श्वासांनी.
तक्रार नाही.
कुणी तो जपत असतील कृपणासारखा.
कुणी देत असतील उधळून बेबंद.
कुणी भोगत असतील पुनःपुन्हा आसुसून.
कुणी एकदाच भेटत असतील त्याला सर्वस्वाने.
तक्रार नाही.
कुणी घेत असले जाळून त्याच्या तेजात
कुणी होत असले चिंब त्याच्या स्रोतात
कुणाला वाटत असला तो गीत
किंवा कुणाला संगीत
वाटू दे. तक्रार नाही.
एखादं आयुष्य असंही असेल
ज्यात तो येतच नसेल.
पेटल्याविनाच एकादी ठिणगी बिचारी
विझून जात असेल.
माझं निदान तसं नाही झालं.
माझ्या वाटेनं सुख येऊन गेलं.
घडली नुसतीच जाळपोळ
मागे उरली कळ खोल
पण तेही काही कमी नाही—
तक्रार नाही, तक्रार नाही.

तेवढं तरी मला मिळालं.
त्या क्षणाची झिंग, बेहोशी
कळलीच नाही.
त्या क्षणातलं संगीत स्वर्गीय
ऐकलंच नाही.
त्या क्षणाचं इतकं अप्रूप
जाणवलंच नाही.
एक फुफाटा राक्षसी
छातीत मरणाची धडकी
पाडून उन्मळून
करून चौफेर विध्वंस
खुणेला ठेवून फक्त विखारी डंख, तो गेला.
काही का असेना, तो क्षण आला तर होता.
एकदा तरी तो आला होता. आता तक्रार नाही.

आता न आला तरी चालेल. खरं म्हणजे– तो तसा येणारच नाही. (शांत स्वरात) तुमच्या प्रेक्षकांना सांगा, मी सुखात आहे. (आत निघून जाते.)

(किंचित्काळ सूत्रधार सुन्न उभा.
पेटीवाला त्याच्याकडे पाहत आपल्या जागी बसलेला.)

सूत्रधार : (मग एक दीर्घ निःश्वास टाकून) असो, तर प्रेक्षकहो, हे जे ती बोलली ते नाटकातलं नसावं. आणि असलं तरी ते मनावर न घेता विसरावं हेच बरं. अरे हा काय नाटकाचा शेवट झाला? भरत मुनी म्हणतात की नाटकाचा शेवट कसा हवा? मनाचं उन्नयन करणारा हवा. शोकपर्यवसायी असला तरी एक उच्च प्रकारचा आनंद देणारा हवा. या शेवटात धड शोक नाही आणि आनंदही नाही. म्हणून एक रीतसर शेवट आता आपण घडवू या. पेटीवाले ---- (खुणावतो हाताने.)

(पेटीवाला आर्या वाजवू लागतो.)

सूत्रधार : (गळ्यांवर साग्रसंगीत)

भल्या घरातिल शीलवतीने
स्वशिलाते रक्षावे
सुसंस्कार ते हृदयी धरुनी
कुलास भूषण व्हावे ॥

जीने हे नच केले
जिणे तियेचे व्यर्थचि गेले ॥
घ्यावा बोध झणी
झाले नाटक विसरोनी ॥

(सूत्रधार एक मोठी तान घेत असता पडदा.)

www.ingramcontent.com/pod-product-compliance
Lightning Source LLC
LaVergne TN
LVHW020135230825
819400LV00034B/1171

* 9 7 8 8 1 7 1 8 5 6 0 2 2 *